Lời khuyên và chiến lược được tìm thấy bên trong có thể không phù hợp với mọi tình huống. Tác phẩm này được bán với sự hiểu biết rằng cả tác giả và nhà xuất bản đều không chịu trách nhiệm về kết quả tích lũy từ lời khuyên trong cuốn sách này; công việc này nhằm giáo dục độc giả về Bitcoin và không nhằm cung cấp lời khuyên đầu tư. Tất cả hình ảnh đều là tài sản gốc của tác giả, không có bản quyền như nguồn hình ảnh đã nêu, hoặc được sử dụng với sự đồng ý của chủ sở hữu tài sản.

audepublishing.com

Bản quyền © 2024 Aude Publishing LLC

Đã đăng ký Bản quyền.

Không một phần nào của ấn phẩm này có thể được sao chép, phân phối hoặc truyền tải dưới bất kỳ hình thức nào hoặc bằng bất kỳ phương tiện nào, bao gồm sao chép, ghi âm hoặc các phương pháp điện tử hoặc cơ học khác, mà không có sự cho phép trước bằng văn bản của nhà xuất bản, ngoại trừ trường hợp trích dẫn ngắn gọn được thể hiện trong các bài đánh giá và một số mục đích sử dụng phi thương mại khác được luật bản quyền cho phép.

Ấn bản bìa mềm đầu tiên tháng 9 năm 2021.

In ISBN 9798486794483

Giới thiệu

Bitcoin: Trả lời là một nỗ lực nhằm gỡ rối mạng lưới thông tin bị phân mảnh xung quanh Bitcoin đang được công chúng nhận được. Bất kể thái độ cá nhân đối với tiền điện tử và Bitcoin (hầu hết trong số đó, đối với những người không được nghiên cứu, đều quá lạc quan hoặc quá hoài nghi), phạm vi tiếp cận của tiền điện tử đang tăng lên với tốc độ như vậy và được cài đặt trong hệ sinh thái tài chính với tốc độ như vậy, không hiểu lịch sử, khái niệm và tính khả thi cơ bản của Bitcoin sẽ gây tổn hại nhiều hơn không. Hy vọng bạn sẽ thấy thông tin này khá hấp dẫn; Bitcoin là người đầu tiên trong một cách suy nghĩ hoàn toàn mới về tiền và giao dịch giá trị. Cuối cùng, bạn sẽ hiểu phạm vi của Bitcoin, tiền tệ kỹ thuật số và blockchain; Nhiều hệ thống trong số này, như cần lưu ý, chỉ có thể so sánh ở những giác quan lỏng lẻo nhất, và các trường hợp sử dụng tiềm năng và áp dụng của công nghệ như vậy là khá đáng kinh ngạc, đặc biệt là hệ sinh thái tiền tệ fiat đã thay đổi rất ít kể từ khi loại bỏ tiền tệ khỏi tiêu chuẩn vàng nửa thế kỷ trước. Nghĩ về tất cả các loại tiền điện tử như Bitcoin và Bitcoin như một bong bóng bên lề chỉ đơn giản là sai; Vâng, Bitcoin còn lâu mới hoàn hảo, nhưng về cơ bản, còn rất nhiều thứ khác về số hóa và phân cấp giá trị. Cuốn sách này giải quyết tất cả các khái niệm này và hơn thế nữa thông qua một định dạng đơn giản, dựa trên câu hỏi, bắt đầu bằng "Bitcoin là gì?" Hãy thoải mái đọc lướt theo kiến thức của bạn hoặc đọc từ đầu đến cuối; Dù bằng cách nào, hy vọng của tôi và hy vọng của nhóm của tôi là bạn rời khỏi cuốn sách này với sự hiểu biết về Bitcoin từ quan điểm tình cảm, kỹ thuật, lịch sử và khái niệm, cũng như cùng với sự quan tâm và mong muốn tìm hiểu thêm. Các tài nguyên khác có thể được tìm thấy ở mặt sau của cuốn sách.

Bây giờ, trở đi, chúng ta đi qua, trong sự theo đuổi kiến thức cao quý. Thưởng thức cuốn sách.

Bitcoin là gì?

Bitcoin có nhiều thứ: một mạng máy tính toàn cầu mã nguồn mở, ngang hàng, một bộ sưu tập các giao thức, vàng kỹ thuật số, đi đầu trong một nhóm công nghệ mới, tiền điện tử. Trong thể chất; Bitcoin là 13.000 máy tính chạy các giao thức và thuật toán khác nhau. Về khái niệm, Bitcoin là một phương tiện giao dịch dễ dàng và an toàn toàn cầu; một lực lượng dân chủ hóa, và một phương tiện của cả tài chính minh bạch và ẩn danh. Trong cầu nối giữa vật lý và khái niệm, Bitcoin là một loại tiền điện tử; Một phương tiện và kho lưu trữ giá trị tồn tại hoàn toàn trực tuyến, không có bất kỳ hình thức vật lý nào. Tuy nhiên, tất cả những điều này giống như đặt câu hỏi "tiền là gì?" và trả lời "những mảnh giấy". Một người không quen thuộc với Bitcoin đọc đoạn trên gần như chắc chắn sẽ có nhiều câu hỏi hơn là câu trả lời; vì lý do này, câu hỏi "Bitcoin là gì?" về bản chất là câu hỏi của cuốn sách này và thông qua phân tích từng phần, bạn có thể hy vọng đi đến sự hiểu biết về tổng thể.

Ai đã bắt đầu Bitcoin?

Satoshi Nakamoto là cá nhân, hoặc có thể là nhóm các cá nhân, đã tạo ra Bitcoin. Không có nhiều thông tin về nhân vật bí ẩn này, và sự ẩn danh của anh ta đã sinh ra vô số thuyết âm mưu. Trong khi Nakamoto đã liệt kê mình là một người đàn ông 45 tuổi đến từ Nhật Bản trên một trang web chính thức của tổ chức ngang hàng, anh ấy sử dụng thành ngữ tiếng Anh trong email của mình. Ngoài ra, dấu thời gian trong công việc của anh ấy phù hợp hơn với một người có trụ sở tại Hoa Kỳ hoặc Vương quốc Anh. Hầu hết tin rằng sự biến mất của anh ta đã được lên kế hoạch (nhiều người đã kết nối công việc của anh ta với các tài liệu tham khảo Kinh thánh) và những người khác tin rằng một tổ chức chính phủ, chẳng hạn như CIA, có liên quan đến sự biến mất của anh ta. Đây không gì khác hơn là những lý thuyết bên lề; tuy nhiên, điều còn lại là người tạo ra Bitcoin hiện đang nắm giữ khối tài sản trị giá hơn 70 tỷ USD (tương đương 1,1 triệu bitcoin) và nếu bitcoin tăng thêm vài trăm phần trăm, tỷ phú vô danh này, cha đẻ của tiền điện tử, sẽ là người giàu nhất thế giới.

Hình ảnh trên đại diện cho khối genesis (có nghĩa là "đầu tiên") của Bitcoin. Người sáng lập Bitcoin, Satoshi Nakamoto, nhập một thông điệp vào mã có nội dung như sau: "The Times 03/Jan/2009 Chancellor on the brink of second bailout for banks."

---

[1] MikeG001 / CC BY-SA 4.0

Ai sở hữu Bitcoin?

Ý tưởng rằng Bitcoin được "sở hữu" chỉ đúng theo nghĩa phân tán nhất. Khoảng 20 triệu người cùng sở hữu tất cả Bitcoin trên thế giới, nhưng bản thân Bitcoin, với tư cách là một mạng lưới, không thể được sở hữu.[2]

---

[2] Về mặt kỹ thuật, 20,5 triệu người trên thế giới nắm giữ ít nhất 1 đô la Bitcoin.

Lịch sử của Bitcoin là gì?

Đây là một lịch sử ngắn gọn về tiền điện tử, blockchain và Bitcoin.

- Năm 1991, một chuỗi các khối được bảo mật bằng mật mã lần đầu tiên được khái niệm hóa.
- Gần một thập kỷ sau, vào năm 2000, Stegan Knost đã xuất bản lý thuyết của mình về các chuỗi bảo mật mật mã, cũng như các ý tưởng để thực hiện thực tế.
- 8 năm sau đó, Satoshi Nakamoto đã phát hành một sách trắng (sách trắng là một báo cáo và hướng dẫn kỹ lưỡng) thiết lập một mô hình cho blockchain và vào năm 2009, Nakamoto đã triển khai blockchain đầu tiên, được sử dụng làm sổ cái công khai cho các giao dịch được thực hiện bằng tiền điện tử mà ông đã phát triển, được gọi là Bitcoin.
- Cuối cùng, vào năm 2014, các trường hợp sử dụng (trường hợp sử dụng là các tình huống cụ thể trong đó sản phẩm hoặc dịch vụ có thể được sử dụng) cho các mạng blockchain và blockchain đã được phát triển bên ngoài tiền điện tử, do đó mở ra khả năng của Bitcoin với thế giới rộng lớn hơn.

Có bao nhiêu Bitcoin?

Bitcoin có nguồn cung tối đa là 21 triệu đồng. Tính đến năm 2021, có 18,7 triệu Bitcoin đang được lưu hành, có nghĩa là chỉ còn 2,3 triệu Bitcoin được đưa vào lưu thông. Trong số đó, 900 Bitcoin mới được thêm vào nguồn cung lưu hành mỗi ngày thông qua phần thưởng khai thác.[3] Phần thưởng khai thác là phần thưởng được trao cho các máy tính giải các phương trình phức tạp để xử lý và xác minh các giao dịch Bitcoin. Những người điều hành các máy tính này được gọi là "thợ mỏ". Bất kỳ ai cũng có thể bắt đầu đào Bitcoin; ngay cả một PC cơ bản cũng có thể trở thành một nút, là một máy tính trong mạng và bắt đầu khai thác.

---

[3] "Có bao nhiêu Bitcoin? Còn lại bao nhiêu để khai thác? (2021)."
https://www.buybitcoinworldwide.com/how-many-bitcoins-are-there/

Bitcoin hoạt động như thế nào?

Bitcoin, và thực tế là tất cả các loại tiền điện tử, hoạt động thông qua công nghệ Blockchain.

Blockchain, ở dạng cơ bản nhất, có thể được coi là lưu trữ dữ liệu trong các chuỗi khối theo nghĩa đen. Chúng ta hãy đi qua cách chính xác các khối và chuỗi phát huy tác dụng.

- Mỗi khối sẽ lưu trữ thông tin kỹ thuật số, chẳng hạn như thời gian, ngày, số tiền, v.v. của các giao dịch.
- Khối sẽ biết bên nào đã tham gia giao dịch bằng cách sử dụng "khóa kỹ thuật số" của bạn, đó là một chuỗi số và chữ cái mà bạn nhận được khi mở ví, nơi chứa tiền điện tử của bạn.
- Tuy nhiên, các khối không thể tự hoạt động. Các khối cần xác minh từ các máy tính khác, hay còn gọi là "nút" trong mạng.
- Các nút khác sẽ xác thực thông tin của một khối. Khi họ xác thực dữ liệu và nếu mọi thứ có vẻ tốt, khối và dữ liệu mà nó mang theo sẽ được lưu trữ trong sổ cái công khai.
- Sổ cái công khai là một cơ sở dữ liệu ghi lại mọi giao dịch được phê duyệt từng được thực hiện trên mạng. Hầu hết các loại tiền điện tử, bao gồm cả Bitcoin, đều có sổ cái công khai của riêng chúng.

- Mỗi khối trong sổ cái được liên kết với khối xuất hiện trước nó và khối xuất hiện sau nó. Do đó, các liên kết mà các khối tạo thành tạo ra một mô hình giống như chuỗi. Do đó, một blockchain được hình thành.

> Tóm tắt: Khối đại diện cho thông tin kỹ thuật số và **chuỗi** thể hiện cách dữ liệu đó được lưu trữ trong cơ sở dữ liệu.

Vì vậy, để tóm tắt lại định nghĩa trước đây của chúng tôi, blockchain là một loại cơ sở dữ liệu mới. Dưới đây là bảng phân tích trực quan của từng khối trong mạng.

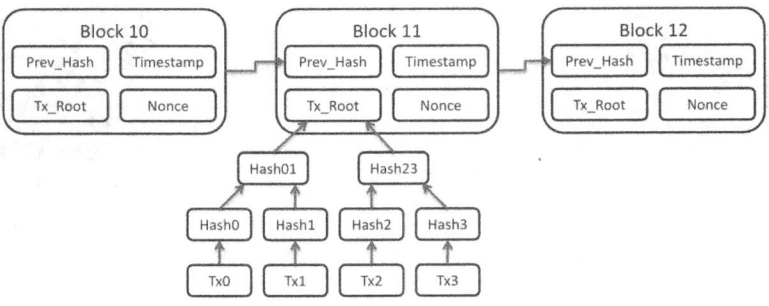

Địa chỉ Bitcoin là gì?

---

[4] Matthäus lang thang / CC BY-SA 3.0

Địa chỉ, còn được gọi là khóa công khai, là một tập hợp các số và chữ cái duy nhất có chức năng như một mã nhận dạng, có thể so sánh với số tài khoản ngân hàng hoặc địa chỉ email (ví dụ: 1BvBESEystWetqTFn3Au6u4FGg7xJaAQN5). Với nó, bạn có thể thực hiện các giao dịch trên blockchain. Địa chỉ kết nối với một blockchain cơ sở; ví dụ: một địa chỉ Bitcoin nằm trên mạng Bitcoin và blockchain. Địa chỉ có "logo" tròn, đầy màu sắc được gọi là nhận dạng địa chỉ (hoặc, đơn giản là "biểu tượng"). Các biểu tượng này cho phép bạn nhanh chóng xem liệu bạn có nhập đúng địa chỉ hay không. Mỗi lần bạn gửi hoặc nhận tiền điện tử, bạn sẽ sử dụng một địa chỉ được liên kết. Tuy nhiên, địa chỉ không thể lưu trữ tài sản; Chúng chỉ đóng vai trò là số nhận dạng trỏ đến ví.

Bitcoin Address
SHARE
1DpQP4yKSGWXWrXNkm1YNYBTqEweuQcyYg

Private Key
SECRET
L4NhQX1DFJpFAJJYAHKkpukerqxtjF1XhvR5J2PQcnDparA2vD9M

---

[5] bitaddress.org

Nút Bitcoin là gì?

Nút là một máy tính được kết nối với mạng của blockchain, hỗ trợ blockchain viết và xác thực các khối. Một số nút tải xuống toàn bộ lịch sử blockchain của họ; Chúng được gọi là masternode và thực hiện nhiều tác vụ hơn các nút thông thường. Ngoài ra, các nút không có cách nào gắn liền với một mạng cụ thể; Các nút có thể chuyển sang các blockchain khác nhau thực tế theo ý muốn, như trường hợp khai thác đa nhóm. Nói chung, toàn bộ bản chất phân tán của Bitcoin và tiền điện tử, cũng như nhiều tính năng bảo mật và blockchain cơ bản, được kích hoạt bởi khái niệm và việc sử dụng một hệ thống dựa trên nút toàn cầu.

Hỗ trợ và kháng cự cho Bitcoin là gì?

Ở đây, chúng tôi đi sâu vào phân tích kỹ thuật và giao dịch Bitcoin: hỗ trợ là giá của một đồng xu hoặc mã thông báo mà tại đó tài sản đó ít có khả năng giảm vì nhiều người sẵn sàng mua tài sản ở mức giá đó. Thông thường, nếu một đồng tiền chạm mức hỗ trợ, nó sẽ đảo ngược thành xu hướng tăng. Đây thường là thời điểm tốt để mua coin, mặc dù nếu giá giảm xuống dưới mức hỗ trợ, đồng tiền có khả năng giảm xuống mức hỗ trợ khác. Mặt khác, kháng cự là mức giá mà một tài sản khó vượt qua vì nhiều người thấy rằng đó là một mức giá tốt để bán. Đôi khi, mức độ kháng thuốc có thể là sinh lý. Ví dụ, Bitcoin có thể đạt mức kháng cự ở mức 50.000 đô la, vì nhiều người đã nghĩ rằng "khi bitcoin đạt 50.000 đô la, tôi sẽ bán". Thông thường, khi mức kháng cự bị phá vỡ, giá có thể nhanh chóng tăng lên. Ví dụ: nếu bitcoin vượt qua 50.000 đô la, giá có thể nhanh chóng tăng lên 55.000 đô la, tại thời điểm đó nó có thể phải đối mặt với nhiều kháng cự hơn và 50.000 đô la sau đó có thể trở thành mức hỗ trợ mới.

---

[6] Dựa trên hình ảnh CC BY-SA 4.0 của Akash98887
File:Support_and_resistance.png

Làm thế nào để bạn đọc một biểu đồ Bitcoin?

Đây là một câu hỏi lớn; để trả lời, phần sau đây sẽ nhằm mục đích chia nhỏ các loại biểu đồ phổ biến nhất được sử dụng để đọc Bitcoin và các loại tiền điện tử khác cũng như cách đọc các biểu đồ đó.

Biểu đồ tạo thành cơ sở mà giá có thể được kiểm tra và các mẫu có thể được tìm thấy. Biểu đồ, ở một cấp độ, là đơn giản, và trên một cấp độ khác, sâu sắc và phức tạp. Chúng ta sẽ bắt đầu với những điều cơ bản; Các loại biểu đồ khác nhau và cách sử dụng khác nhau của chúng.

Biểu đồ đường

Biểu đồ đường là biểu đồ thể hiện giá thông qua một đường duy nhất. Hầu hết các biểu đồ là biểu đồ đường vì chúng cực kỳ dễ hiểu, mặc dù chúng chứa ít thông tin hơn các lựa chọn thay thế phổ biến. Robinhood và Coinbase (cả hai đều nhắm mục tiêu dịch vụ của họ đến các nhà đầu tư ít kinh nghiệm hơn) có biểu đồ đường làm loại biểu đồ mặc định, trong khi các tổ chức hướng tới đối tượng có kinh nghiệm hơn, chẳng hạn như Charles Schwab và Binance, sử dụng các hình thức biểu đồ khác làm mặc định.

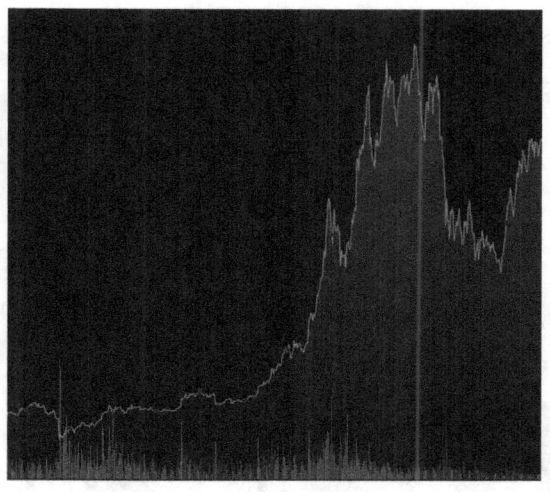

(tradingview.com) Biểu đồ đường

Biểu đồ nến

Biểu đồ nến là một hình thức hữu ích hơn nhiều để hiển thị thông tin về một đồng xu; Biểu đồ như vậy là biểu đồ được lựa chọn cho hầu hết các nhà đầu tư. Trong một khoảng thời gian nhất định, biểu đồ nến có "cơ thể thực" rộng và thường được biểu diễn dưới dạng màu đỏ hoặc xanh lá cây (một bảng màu phổ biến khác là cơ thể thực rỗng / trắng và đầy / đen). Nếu nó có màu đỏ (được điền vào), mức đóng cửa thấp hơn mức mở (có nghĩa là nó đã đi xuống). Nếu cơ thể thực sự có màu xanh lá cây (trống rỗng), mức đóng cửa cao hơn mức mở (có nghĩa là nó đã đi lên). Trên và dưới cơ thể thật là "bấc" còn được gọi là "bóng tối". Bấc cho thấy giá cao và thấp của giao dịch trong giai đoạn. Vì vậy, kết hợp những gì chúng ta biết, nếu bấc trên (hay còn gọi là bóng trên) gần với cơ thể thực, thì đồng xu hoặc mã thông báo đạt được trong ngày càng cao gần với giá đóng cửa. Do đó, điều ngược lại cũng được áp dụng. Bạn sẽ cần phải có một sự hiểu biết vững chắc về biểu đồ nến, vì vậy tôi khuyên bạn nên truy cập một trang web như tradingview.com để cảm thấy thoải mái.

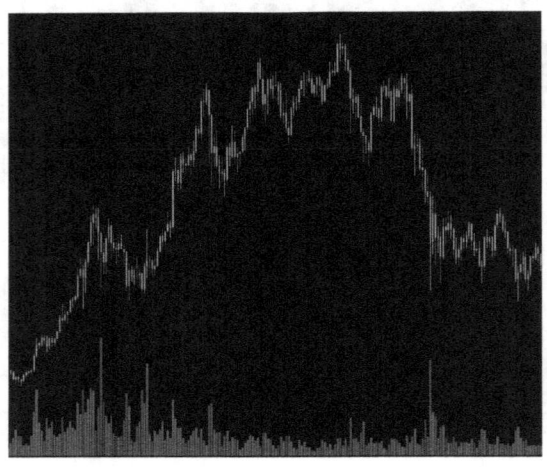

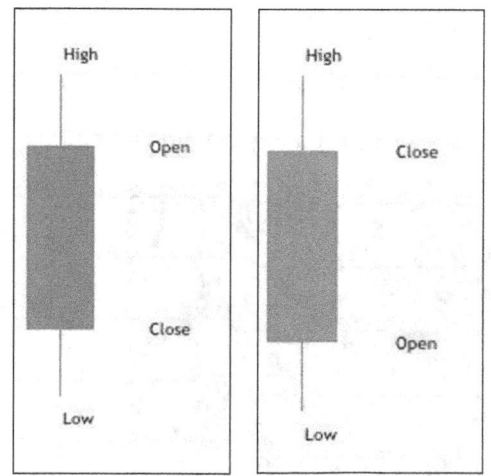

(tradingview.com) Figure 11: Bearish Candle[xi]

tradingview.com

Biểu đồ nến

Biểu đồ Renko

Biểu đồ Renko chỉ hiển thị chuyển động giá và bỏ qua thời gian và khối lượng. Renko xuất phát từ thuật ngữ tiếng Nhật "renga", có nghĩa là "gạch". Biểu đồ Renko sử dụng gạch (còn được gọi là hộp), thường là đỏ / xanh lá cây hoặc trắng / đen. Các hộp Renko chỉ hình thành ở góc trên cùng hoặc dưới cùng bên phải của hộp tiếp tục và hộp tiếp theo chỉ có thể hình thành nếu giá vượt qua trên cùng hoặc dưới cùng của hộp trước đó. Ví dụ: nếu số tiền được xác định trước là "1 đô la" (hãy nghĩ về điều này tương tự như các khoảng thời gian trên biểu đồ nến), thì hộp tiếp theo chỉ có thể hình thành khi nó vượt qua 1 đô la trên hoặc 1 đô la dưới giá của hộp trước đó. Các biểu đồ này đơn giản hóa và "làm mịn" các xu hướng thành các mẫu dễ hiểu trong khi loại bỏ hành động giá ngẫu nhiên. Điều này có thể làm cho việc tiến hành phân tích kỹ thuật dễ dàng hơn vì các mô hình như mức hỗ trợ và kháng cự được hiển thị trắng trợn hơn nhiều.

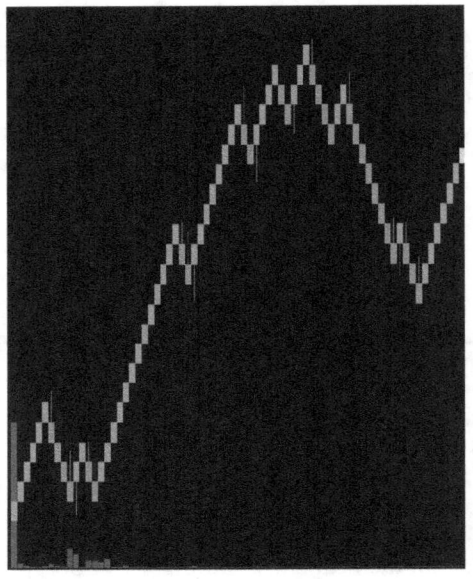

tradingview.com Biểu đồ Renko

Biểu đồ điểm &; hình

Mặc dù biểu đồ điểm và hình (P &F) không nổi tiếng như các biểu đồ khác trong danh sách này, nhưng chúng có lịch sử lâu đời và nổi tiếng là một trong những biểu đồ đơn giản nhất được sử dụng để xác định các điểm vào và ra tốt. Giống như biểu đồ Renko, biểu đồ P &F không trực tiếp tính đến thời gian trôi qua. Thay vào đó, Xs và Os được xếp chồng lên nhau trong các cột; mỗi chữ cái đại diện cho một chuyển động giá đã chọn (giống như các khối trong biểu đồ Renko). Xs đại diện cho giá tăng và Os đại diện cho giá giảm. Nhìn vào trình tự này:

```
    X
X O X
X O
X
```

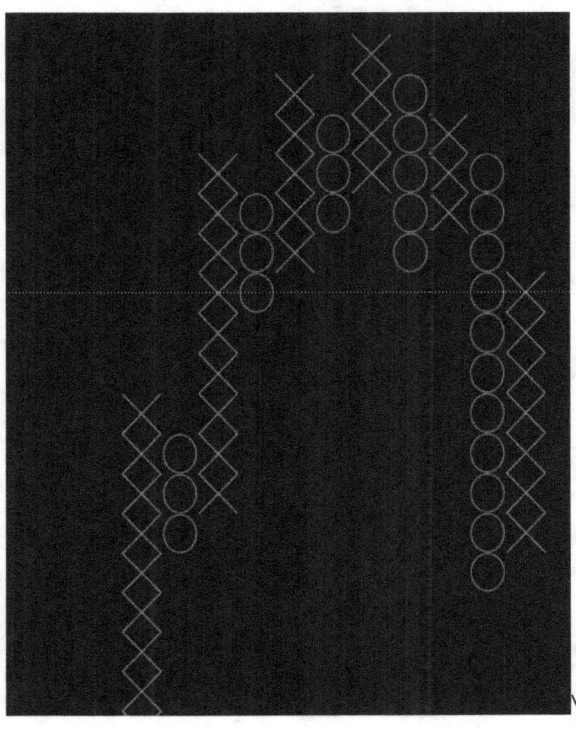

Giả sử biến động giá đã chọn là 10 đô la. Chúng ta phải bắt đầu ở dưới cùng bên trái: 3 X chỉ ra rằng giá tăng 30 đô la, 2 Os biểu thị mức giảm 20 đô la và sau đó 2 X cuối cùng đại diện cho mức tăng 20 đô la. Thời gian là không liên quan.

Biểu đồ Heiken-Ashi

Biểu đồ Heikin-Ashi (hik-in-aw-she) là một phiên bản đơn giản hơn, được làm mịn của biểu đồ nến. Chúng hoạt động gần giống như biểu đồ nến, (nến, bắc, bóng, v.v.), ngoại trừ biểu đồ HA làm mượt dữ liệu giá trong hai khoảng thời gian thay vì một. Điều này, về cơ bản, làm cho Heikin-Ashi thích hợp hơn với nhiều nhà giao dịch so với biểu đồ nến vì các mô hình và xu hướng có thể dễ dàng phát hiện hơn và các tín hiệu sai (các động thái nhỏ, vô nghĩa), phần lớn bị bỏ qua. Điều đó nói rằng, sự xuất hiện đơn giản hơn che khuất một số dữ liệu liên quan đến nến, đó là một phần lý do tại sao Heikin-Ashis vẫn chưa thay thế nến. Vì vậy, tôi khuyên bạn nên thử nghiệm với cả hai loại biểu đồ và tìm ra loại phù hợp nhất với phong cách và khả năng phân biệt xu hướng của bạn.

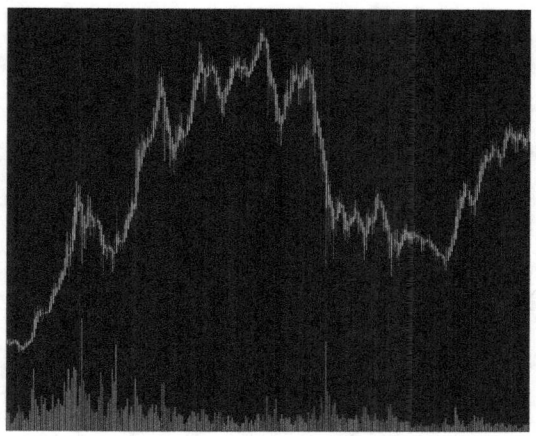

tradingview.com

A: Lưu ý rằng các xu hướng trên biểu đồ Heikin-Ashi mượt mà và rõ ràng hơn so với trên biểu đồ nến.

Tài nguyên biểu đồ

¨ Chế độ xem giao dịch

tradingview.com (tổng thể tốt nhất, xã hội tốt nhất)

- Vốn hóa thị trường

  coinmarketcap.com (đơn giản, dễ dàng)

- Đồng hồ tiền điện tử

  cryptowat.ch (rất được thiết lập, tốt nhất cho bot)

- Chế độ xem tiền điện tử

  cryptoview.com (rất tùy biến)

Phân loại mẫu biểu đồ

Các mẫu biểu đồ được phân loại để nhanh chóng hiểu được vai trò và mục đích. Dưới đây là một vài phân loại như vậy:

Bullish

Tất cả các mô hình tăng giá đều có khả năng dẫn đến kết quả thuận lợi cho xu hướng tăng, do đó, ví dụ, mô hình tăng có thể dẫn đến xu hướng tăng 10%.

Giảm giá

Tất cả các mô hình giảm giá đều có khả năng dẫn đến kết quả thuận lợi cho xu hướng giảm, do đó, ví dụ, mô hình giảm có thể dẫn đến xu hướng giảm 10%.

Candlestick

Mô hình nến áp dụng cụ thể cho biểu đồ nến, không phải cho tất cả các biểu đồ. Điều này là do các mẫu hình nến dựa vào thông tin chỉ có thể bắt gặp ở định dạng nến (thân và bấc).

Số lượng thanh/nến

Số lượng thanh hoặc nến trong một mô hình thường không quá ba.

Tiếp tục

Các mô hình tiếp tục báo hiệu rằng xu hướng trước mô hình có nhiều khả năng tiếp tục. Vì vậy, ví dụ, nếu mô hình tiếp tục X hình thành ở đỉnh của xu hướng tăng, thì xu hướng tăng có khả năng tiếp tục.

Breakout

Đột phá là một động thái trên kháng cự hoặc dưới mức hỗ trợ. Các mô hình đột phá chỉ ra rằng một động thái như vậy là có thể xảy ra. Hướng của sự đột phá đó là cụ thể cho mô hình.

Đảo ngược

Đảo chiều là sự thay đổi theo hướng của giá. Mô hình đảo chiều chỉ ra rằng hướng của giá có khả năng thay đổi (do đó, xu hướng tăng sẽ trở thành xu hướng giảm và xu hướng giảm sẽ trở thành xu hướng tăng).

Có những loại ví Bitcoin nào?

Một số loại ví riêng biệt tồn tại và khác nhau về bảo mật, khả năng sử dụng và khả năng truy cập:

1. *Ví giấy.* Ví giấy định nghĩa việc lưu trữ thông tin cá nhân (khóa công khai, khóa riêng tư và cụm từ hạt giống), như tên của nó, giấy. Điều này hoạt động vì bất kỳ cặp khóa công khai và riêng tư nào cũng có thể tạo thành ví; Không cần giao diện trực tuyến. Lưu trữ vật lý thông tin kỹ thuật số được coi là an toàn hơn bất kỳ hình thức lưu trữ trực tuyến nào, đơn giản vì bảo mật trực tuyến phải đối mặt với một loạt các mối đe dọa bảo mật tiềm ẩn, trong khi tài sản vật lý phải đối mặt với ít mối đe dọa xâm nhập nếu được quản lý đúng cách. Để tạo ví giấy Bitcoin, bất kỳ ai cũng có thể truy cập bitaddress.org để tạo địa chỉ công khai và khóa riêng, sau đó in thông tin. Mã QR và chuỗi khóa có thể được sử dụng để tạo điều kiện thuận lợi cho các giao dịch. Tuy nhiên, do những thách thức mà chủ sở hữu ví giấy phải đối mặt (hư hỏng do nước, mất mát do tai nạn, tốc nghĩa) liên quan đến các tùy chọn trực tuyến cực kỳ an toàn, ví giấy không còn được khuyến nghị sử dụng để quản lý các khoản nắm giữ tiền điện tử quan trọng.

2. *Ví nóng/Ví lạnh.* Ví nóng đề cập đến ví được kết nối với internet; ngược lại, kho lạnh, đề cập đến ví không được kết nối với internet. Ví nóng cho phép chủ sở hữu tài khoản gửi và nhận mã thông báo; Tuy nhiên, kho lạnh an toàn hơn lưu trữ nóng và mang lại nhiều lợi ích của ví giấy mà không gặp nhiều rủi ro. Hầu hết các sàn giao dịch cho phép người dùng chuyển tài sản nắm giữ từ ví nóng (mặc định) sang ví lạnh chỉ bằng một vài nút bấm (Coinbase gọi lưu trữ lạnh / ngoại tuyến là "kho tiền"). Để rút cổ phần từ kho lạnh cần một vài ngày, điều này quay trở lại khả năng tiếp cận so với động lực bảo mật của kho nóng và kho lạnh. Nếu bạn quan tâm đến việc nắm giữ một tài sản tiền điện tử trong dài hạn, lưu trữ lạnh trong sàn giao dịch của bạn là con đường để đi. Nếu bạn có kế hoạch tích cực giao dịch hoặc tham gia vào việc giao dịch nắm giữ, kho lạnh không phải là một lựa chọn khả thi.

3. *Ví cứng.* Ví phần cứng là thiết bị vật lý an toàn lưu trữ khóa riêng của bạn. Tùy chọn này cho phép một số mức độ truy cập trực tuyến (vì ví phần cứng giúp truy cập nắm giữ rất dễ dàng) được kết hợp với một phương tiện lưu trữ không được kết nối với internet và do đó, an toàn hơn. Một số ví cứng phổ biến, chẳng hạn như Ledger (ledger.com) thậm chí còn cung cấp các ứng dụng hoạt động đồng thời với ví phần cứng mà không ảnh hưởng đến bảo mật. Nhìn chung, ví phần

cứng là một lựa chọn tuyệt vời cho những người nắm giữ nghiêm túc và lâu dài, mặc dù bảo mật vật lý phải được tính đến; Những chiếc ví như vậy, cũng như ví giấy, được lưu trữ tốt nhất trong các ngân hàng hoặc các giải pháp lưu trữ cao cấp.

Đào Bitcoin có sinh lời không?

Nó chắc chắn có thể. Lợi tức đầu tư trung bình hàng năm cho thuê máy đào Bitcoin thay đổi từ một chữ số cao đến hai chữ số thấp, trong khi ROI cho khai thác Bitcoin tự quản lý thay đổi trong suốt hai chữ số (để đặt một con số trên đó, 20% đến 150% hàng năm có thể được mong đợi, trong khi 40% đến 80% là bình thường). Dù bằng cách nào, lợi nhuận này đánh bại thị trường chứng khoán lịch sử và lợi nhuận bất động sản là 10%. Tuy nhiên, khai thác Bitcoin rất dễ bay hơi và tốn kém, và một loạt các yếu tố ảnh hưởng đến lợi nhuận của mỗi cá nhân. Trong câu hỏi tiếp theo, chúng ta sẽ xem xét các yếu tố về lợi nhuận khai thác Bitcoin, cung cấp cái nhìn sâu sắc hơn về lợi nhuận ước tính, cũng như lý do tại sao một số tháng và thợ đào hoạt động đặc biệt tốt, và một số thì không.

Điều gì ảnh hưởng đến lợi nhuận khai thác Bitcoin?

Các biến sau đây rất cần thiết để xác định lợi nhuận tiềm năng của khai thác Bitcoin:

Giá tiền điện tử. Yếu tố ảnh hưởng chính là giá của tài sản tiền điện tử nhất định. Giá Bitcoin tăng gấp 2 lần dẫn đến lợi nhuận khai thác gấp 2 lần (vì số lượng Bitcoin kiếm được giữ nguyên, trong khi giá trị tương đương thay đổi), trong khi giảm 50% dẫn đến một nửa lợi nhuận. Với tính chất dễ bay hơi của tiền điện tử và đặc biệt là Bitcoin, giá cần được xem xét. Tuy nhiên, nói chung, nếu bạn tin vào Bitcoin và tiền điện tử trong thời gian dài, sự thay đổi giá sẽ không ảnh hưởng đến bạn vì trọng tâm của bạn sẽ là xây dựng vốn chủ sở hữu dài hạn, điều này chỉ có thể thay đổi theo các yếu tố khác trong danh sách này.

Tỷ lệ băm và độ khó. HashRate là tốc độ mà các phương trình được giải và các khối được tìm thấy. Tỷ lệ băm cho các thợ đào gần tương đương với thu nhập và nhiều thợ đào tham gia vào hệ thống (do đó làm tăng tỷ lệ băm của mạng và "độ khó" khai thác liên quan là một số liệu mô tả mức độ khó khai thác các khối) làm loãng tỷ lệ băm trên mỗi thợ đào và do đó có lợi nhuận. Bằng cách này, cạnh tranh làm giảm lợi nhuận thông qua độ khó và tỷ lệ băm.

Giá điện. Khi quá trình khai thác trở nên khó khăn hơn, yêu cầu về điện cũng tăng lên. Giá điện có thể trở thành một nhân tố chính trong lợi nhuận.

Giảm một nửa. Cứ sau 4 năm, phần thưởng khối được lập trình thành Bitcoin giảm một nửa để giảm dần dòng chảy và tổng nguồn cung tiền xu. Hiện tại (kể từ ngày 13/5/2020 và kéo dài đến năm 2024), phần thưởng của thợ đào là 6,25 bitcoin mỗi khối. Tuy nhiên, vào năm 2024, phần thưởng khối sẽ giảm xuống còn 3.125 bitcoin mỗi khối, v.v. Theo cách này, phần thưởng khai thác dài hạn phải giảm trừ khi giá trị của mỗi đồng tiền tăng giá trị nhiều hoặc nhiều hơn so với việc giảm phần thưởng khối.

Chi phí phần cứng. Tất nhiên, giá thực tế của phần cứng cần thiết để khai thác Bitcoin đóng một phần lớn trong lợi nhuận và ROI. Khai thác có thể được thiết lập dễ dàng trên các PC bình thường (nếu bạn có, hãy kiểm tra nicehash.com); điều đó nói rằng, việc thiết lập các giàn khoan đầy đủ liên quan đến chi phí bo mạch chủ, CPU, card đồ họa, GPU, RAM, ASIC, v.v. Cách dễ dàng chỉ đơn giản là mua giàn khoan làm sẵn, nhưng điều này liên quan đến việc trả phí bảo hiểm. Tự làm giúp tiết kiệm tiền, nhưng cũng đòi hỏi kiến thức kỹ thuật; Nói chung, các tùy chọn tự làm có giá ít nhất 3.000 đô la, nhưng thường gần 10.000 đô la. Tất cả các yếu tố phần cứng này phải được xem xét để ước tính đúng về lợi nhuận tiềm năng trong môi trường thay đổi nhanh chóng của Bitcoin và khai thác tiền điện tử.

Để kết luận câu hỏi này, các biến số ảnh hưởng đến lợi nhuận khai thác là rất nhiều và có thể thay đổi nhanh chóng, và thu nhập tiềm năng thiên về các trang trại lớn có quyền truy cập vào điện giá rẻ. Điều đó nói rằng, khai thác tiền điện tử chắc chắn vẫn mang lại rất nhiều lợi nhuận và lợi nhuận (không bao gồm khả năng sụp đổ trên toàn thị trường) đã và có khả năng trong một thời gian sẽ vẫn vượt xa lợi nhuận thị trường chứng khoán dự kiến hoặc lợi nhuận bình thường trong hầu hết các loại tài sản khác.

Có Bitcoin thực, vật lý không?

Không có, và có khả năng sẽ không bao giờ có, Bitcoin vật lý; Nó được gọi là "tiền kỹ thuật số" vì một lý do. Điều đó nói rằng, khả năng tiếp cận của Bitcoin sẽ tăng theo thời gian thông qua các sàn giao dịch tốt hơn, máy ATM Bitcoin, thẻ ghi nợ và thẻ tín dụng Bitcoin và các dịch vụ khác. Hy vọng rằng, một ngày nào đó Bitcoin và các loại tiền điện tử khác sẽ dễ sử dụng như tiền tệ vật lý.

Bitcoin có ma sát không?

Một thị trường không ma sát là một môi trường giao dịch lý tưởng, trong đó không có chi phí hoặc hạn chế đối với các giao dịch. Thị trường Bitcoin (bao gồm các cặp), trong khi trên con đường không ma sát (đặc biệt là liên quan đến chuyển tiền toàn cầu), không gần với việc thực sự ở đó.

HTTPS://LibertyTreeCS.New YorkPet.org/2016/03/Is-Bitcoin-Really-Frictionless/

Bitcoin có sử dụng Cụm từ ghi nhớ không?

Một cụm từ ghi nhớ là một thuật ngữ tương đương với một cụm từ hạt giống; Cả hai đều đại diện cho chuỗi từ 12 đến 24 từ xác định và đại diện cho ví. Hãy nghĩ về nó như một mật khẩu dự phòng; Với nó, bạn không bao giờ có thể mất quyền truy cập vào tài khoản của mình. Mặt khác, nếu bạn quên nó, không có cách nào để đặt lại hoặc lấy lại nó và bất kỳ ai khác có nó đều có quyền truy cập vào ví của bạn. Tất cả các ví mà bạn có thể giữ Bitcoin đều sử dụng các cụm từ ghi nhớ; bạn nên luôn luôn giữ những cụm từ này ở một vị trí an toàn và riêng tư; Trên giấy là tốt nhất, tốt nhất là trên giấy trong hầm hoặc an toàn.

Your Seed Phrase

Your Seed Phrase is used to generate and recover your account.

1. issue
2. flame
3. sample
4. lyrics
5. find
6. vault
7. announce
8. banner
9. cute
10. damage
11. civil
12. goat

Please save these 12 words on a piece of paper. The order is important. This seed will allow you to recover your account.

---

[7] Giấy phép FlippyFlink / CC BY-SA 4.0
File:Creating-Atala_PRISM-crypto_wallet-seed_phrase.png

Bạn có thể lấy lại Bitcoin của mình nếu bạn gửi nó đến sai địa chỉ không?

Địa chỉ hoàn tiền là địa chỉ ví có thể đóng vai trò dự phòng trong trường hợp giao dịch không thành công. Nếu sự kiện như vậy xảy ra, khoản bồi hoàn sẽ được gửi đến địa chỉ hoàn tiền được chỉ định. Nếu bạn cần cung cấp địa chỉ hoàn tiền, hãy đảm bảo rằng địa chỉ đó chính xác và có thể nhận được mã thông báo bạn đang gửi.

Bitcoin có an toàn không?

Bitcoin, được quản lý bởi một mạng blockchain hệ thống cơ bản, là một trong những hệ thống an toàn nhất trên thế giới vì những lý do sau:

1. *Bitcoin được công khai.* Bitcoin, giống như nhiều loại tiền điện tử, có một sổ cái công khai ghi lại tất cả các giao dịch. Vì không có thông tin cá nhân nào phải được cung cấp để sở hữu và giao dịch Bitcoin và tất cả thông tin giao dịch đều được công khai trên blockchain, những kẻ xâm nhập không có gì để hack hoặc đánh cắp; giải pháp thay thế duy nhất để hack và thu lợi nhuận từ mạng Bitcoin (không bao gồm các điểm thất bại của con người, chẳng hạn như trong các cuộc tấn công trao đổi và mất mật khẩu; chúng tôi đang tập trung vào chính Bitcoin) là một cuộc tấn công 51%, ở quy mô của Bitcoin, thực tế là không thể. Việc "công khai" cũng liên quan đến việc Bitcoin không được phép; Không ai kiểm soát nó, và do đó không có quan điểm chủ quan hoặc đơn lẻ nào có thể ảnh hưởng đến toàn bộ mạng (mà không có sự đồng ý của mọi người khác trong mạng).

2. *Bitcoin được phân cấp.* Bitcoin hiện đang hoạt động thông qua 10.000 nút, tất cả đều phục vụ chung để xác thực các

giao dịch.[8] Vì toàn bộ mạng xác thực các giao dịch, không có cách nào để thay đổi hoặc kiểm soát các giao dịch (trừ khi, một lần nữa, 51% mạng được kiểm soát). Một cuộc tấn công như vậy, như đã đề cập, thực tế là không thể; với mức giá hiện tại của Bitcoin, kẻ tấn công sẽ cần phải chi hàng chục triệu đô la mỗi ngày và kiểm soát một khối lượng tài nguyên tính toán đơn giản là không có sẵn.[9] Do đó, bản chất phi tập trung của xác thực dữ liệu làm cho Bitcoin cực kỳ an toàn.

3. *Bitcoin là không thể đảo ngược.* Khi các giao dịch trong mạng được xác nhận, không thể thay đổi chúng vì mỗi khối (một khối là một loạt các giao dịch mới) được kết nối với các khối ở hai bên của nó, do đó tạo thành một chuỗi được kết nối với nhau. Sau khi viết, các khối không thể được sửa đổi. Hai yếu tố này, kết hợp với nhau, ngăn chặn sự thay đổi dữ liệu và đảm bảo bảo mật cao hơn.

4. *Bitcoin sử dụng quá trình băm.* Hàm băm là một hàm chuyển đổi giá trị này thành giá trị khác; một hàm băm trong thế giới tiền điện tử chuyển đổi đầu vào của các chữ cái và số (một chuỗi) thành đầu ra được mã hóa có kích thước cố định. Băm

---

[8] "Bitnodes: Phân phối nút Bitcoin toàn cầu." https://bitnodes.io/. Truy cập ngày 30 tháng 8 năm 2021.

[9] "Bạn sẽ cần 21 triệu đô la để tấn công Bitcoin trong một ngày - Giải mã." Ngày 31 tháng 1 năm 2020, https://decrypt.co/18012/you-would-need-21-million-to-attack-bitcoin-for-a-day. Truy cập ngày 30 tháng 8 năm 2021.

giúp mã hóa vì "giải quyết" từng hàm băm đòi hỏi phải làm việc ngược lại để giải quyết một vấn đề toán học cực kỳ phức tạp; Do đó, khả năng giải các phương trình này hoàn toàn dựa trên sức mạnh tính toán. Băm có những lợi ích sau: dữ liệu được nén, giá trị băm có thể được so sánh (trái ngược với việc so sánh dữ liệu ở dạng ban đầu) và các hàm băm là một trong những phương tiện truyền dữ liệu an toàn và chống vi phạm nhất (đặc biệt là ở quy mô lớn).

Bitcoin sẽ cạn kiệt?

Nó phụ thuộc vào những gì bạn có nghĩa là "chạy ra". Số lượng bitcoin được thêm vào mạng mỗi năm sẽ luôn cạn kiệt. Tuy nhiên, tại thời điểm đó, các cơ chế cung cấp khác nhau (trái ngược với Bitcoin là phần thưởng khai thác) sẽ tiếp quản và hoạt động kinh doanh sẽ diễn ra như bình thường. Theo nghĩa đó, Bitcoin sẽ không bao giờ cạn kiệt.

Điểm của Bitcoin là gì?

Giá trị chính của Bitcoin đến từ các ứng dụng sau: như một kho lưu trữ giá trị và một phương tiện giao dịch riêng tư, toàn cầu và an toàn. Về bản chất, đây là điểm của Bitcoin; Một mục đích đã được thực hiện khá thành công với lợi nhuận lịch sử và khoảng 300.000 giao dịch hàng ngày.

Làm thế nào bạn sẽ giải thích Bitcoin cho một đứa trẻ 5 tuổi?

Bitcoin là tiền máy tính mà mọi người có thể sử dụng để mua và bán mọi thứ hoặc để kiếm nhiều tiền hơn. Bitcoin hoạt động nhờ blockchain. Blockchain là một công cụ cho phép nhiều người khác nhau chuyển thông tin hoặc tiền bạc có giá trị một cách an toàn mà không cần người khác làm điều đó cho họ.

Bitcoin có phải là một công ty không?

Bitcoin không phải là một công ty. Nó là một mạng lưới các máy tính chạy các thuật toán. Tuy nhiên, với sự phát triển của phần mềm và phần cứng theo thời gian và để ngăn chặn sự cố xưa của Bitcoin, một hệ thống bỏ phiếu đã được triển khai trong mạng khi tạo ra để cho phép cập nhật mã và thuật toán. Hệ thống bỏ phiếu hoàn toàn là mã nguồn mở và dựa trên sự đồng thuận, có nghĩa là các bản cập nhật cho hệ thống do các nhà phát triển và tình nguyện viên đề xuất phải trải qua sự giám sát nghiêm ngặt từ các bên quan tâm khác (vì lỗi trong bản cập nhật sẽ mất hàng triệu tiền của các bên quan tâm) và bản cập nhật sẽ chỉ vượt qua nếu đạt được sự đồng thuận hàng loạt. Quỹ Bitcoin (bitcoinfoundation.org) sử dụng một số nhà phát triển toàn thời gian, những người làm việc để thiết lập lộ trình cho Bitcoin và phát triển các bản cập nhật. Tuy nhiên, một lần nữa, bất cứ ai có một cái gì đó để đóng góp có thể làm như vậy, và không có công ty hoặc tổ chức thực tế nào áp dụng. Ngoài ra, người dùng không bị buộc phải cập nhật nếu thay đổi quy tắc được áp dụng; Họ có thể gắn bó với bất kỳ phiên bản nào họ muốn. Những ý tưởng đằng sau hệ thống này khá kỳ diệu; ý tưởng về một mạng lưới độc lập, nguồn mở, dựa trên sự đồng thuận có các ứng dụng trên nhiều lĩnh vực hơn là chỉ của Bitcoin.

Bitcoin có lừa đảo không?

Bitcoin, theo định nghĩa, không phải là một trò lừa đảo. Nó là một công cụ tài chính được tạo ra bởi một nhóm các kỹ sư được thành lập. Nó trị giá hàng nghìn tỷ, không thể hack được và người sáng lập đã không bán bất kỳ cổ phần nào.[10] Điều đó nói rằng, Bitcoin chắc chắn có thể thao túng và rất dễ bay hơi. Nhiều loại tiền điện tử khác trên thị trường, không giống như Bitcoin, là một trò lừa đảo. Vì vậy, hãy thực hiện nghiên cứu của bạn, đầu tư vào các đồng tiền đã được thiết lập với các nhóm có uy tín và sử dụng lẽ thường.

---

[10] Trong khi Satoshi Nakamoto trị giá hàng chục tỷ USD nhờ Bitcoin, anh ta đã không bán bất kỳ thứ gì (trong ví đã biết của mình). Cùng với sự ẩn danh của mình, người sáng lập Bitcoin có lẽ đã không kiếm được bất kỳ lợi nhuận lớn nào thông qua tiền tệ, ít nhất là so với hàng chục hoặc hàng trăm tỷ mà ông sở hữu.

Bitcoin có thể bị hack không?

Bản thân Bitcoin là không thể hack vì toàn bộ mạng liên tục được xem xét bởi nhiều nút (máy tính) trong mạng và do đó bất kỳ kẻ tấn công nào cũng chỉ có thể thực sự hack hệ thống nếu chúng kiểm soát 51% sức mạnh tính toán trở lên trong mạng (vì điều khiển đa số có thể được sử dụng để xác thực bất cứ điều gì, cho dù nó có đúng hay không). Với sức mạnh khai thác đằng sau Bitcoin, điều này về cơ bản là không thể. Tuy nhiên, điểm yếu trong bảo mật tiền điện tử là ví của người dùng; Ví và sàn giao dịch dễ bị hack hơn nhiều. Vì vậy, mặc dù Bitcoin là không thể hack, Bitcoin của bạn có thể bị tấn công do lỗi của một sàn giao dịch, cũng như bởi một mật khẩu yếu hoặc vô tình bị chia sẻ. Nói chung, nếu bạn gắn bó với các sàn giao dịch đã được thiết lập và giữ một mật khẩu riêng tư, an toàn, cơ hội bị tấn công của bạn thực tế là không.

Ai theo dõi các giao dịch Bitcoin?

Mỗi nút (máy tính) trong mạng Bitcoin duy trì một bản sao hoàn chỉnh của tất cả các giao dịch Bitcoin. Thông tin được sử dụng để xác thực giao dịch và đảm bảo an ninh. Ngoài ra, tất cả các giao dịch Bitcoin đều công khai và có thể xem được thông qua sổ cái Bitcoin; Bạn có thể xem điều này cho chính mình tại liên kết sau:

https://www.blockchain.com/btc/unconfirmed-transactions

Bất cứ ai có thể mua và bán Bitcoin?

Vì Bitcoin được phân cấp, bất kỳ ai cũng có thể mua và bán, bất kể các yếu tố bên ngoài hoặc danh tính. Điều đó nói rằng, nhiều quốc gia yêu cầu tiền điện tử chỉ được giao dịch thông qua các sàn giao dịch tập trung (vì mục đích thuế và bảo mật), do đó yêu cầu các nhiệm vụ KYC cơ bản, chẳng hạn như danh tính, SSN, v.v. Những luật như vậy ngăn cản một số người đầu tư vào tiền điện tử và các sàn giao dịch tập trung có quyền đóng tài khoản vì bất kỳ lý do gì.

Bitcoin có ẩn danh không?

Như đã đề cập trong câu hỏi trực tiếp ở trên, hệ thống bẩm sinh chi phối Bitcoin cho phép ẩn danh cá nhân hoàn toàn; Tất cả những gì phải được chia sẻ để giao dịch thành công là địa chỉ ví. Tuy nhiên, các nhiệm vụ của chính phủ đã khiến nó trở thành bất hợp pháp ở nhiều quốc gia (ví dụ chính là Hoa Kỳ) để giao dịch trên các sàn giao dịch phi tập trung. Do đó, các sàn giao dịch tập trung cấm ẩn danh hợp pháp trong khi giao dịch tiền điện tử.

Các quy tắc của Bitcoin có thể thay đổi không?

Vì Bitcoin được phân cấp, hệ thống không thể tự thay đổi. Tuy nhiên, các quy tắc của mạng có thể được thay đổi thông qua sự đồng thuận của chủ sở hữu Bitcoin. Ngày nay, các dự án mã nguồn mở cập nhật Bitcoin nếu cần cập nhật và chỉ làm như vậy nếu những thay đổi được cộng đồng Bitcoin chấp nhận.

Bitcoin có nên được vốn hóa không?

Bitcoin như một mạng nên được viết hoa. Bitcoin như một đơn vị không nên được viết hoa. Ví dụ: "sau khi tôi nghe về ý tưởng về Bitcoin, tôi đã mua 10 bitcoin."

Giao thức Bitcoin là gì?

Giao thức là một hệ thống hoặc thủ tục kiểm soát cách thức thực hiện một cái gì đó. Trong tiền điện tử và Bitcoin, các giao thức là lớp mã quản lý. Ví dụ: giao thức bảo mật xác định cách thực hiện bảo mật, giao thức blockchain chi phối cách blockchain hoạt động và vận hành và giao thức Bitcoin kiểm soát cách Bitcoin hoạt động.

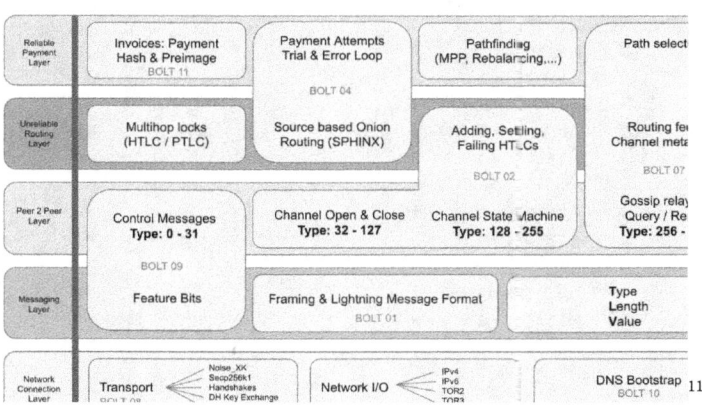
[11]

* Đây là một ví dụ về giao thức, được xem qua lăng kính của Lightning Network, là giao thức thanh toán Lớp 2 được thiết kế để hoạt động trên các đồng tiền như Bitcoin và Litecoin để cho phép giao dịch nhanh hơn và do đó giải quyết các vấn đề về khả năng mở rộng.

---

[11] Renepick / CC BY-SA 4.0
File:Lightning_Network_Protocol_Suite.png

Sổ cái của Bitcoin là gì?

Sổ cái của Bitcoin và tất cả các sổ cái blockchain, lưu trữ dữ liệu về tất cả các giao dịch tài chính được thực hiện trên blockchain nhất định. Tiền điện tử sử dụng sổ cái công khai, có nghĩa là sổ cái được sử dụng để ghi lại tất cả các giao dịch có sẵn công khai. Bạn có thể thấy sổ cái công khai của Bitcoin tại blockchain.com/explorer.

Hash	Time	Amount (BTC)	Amount (USD)
e3bc0fh2e5f235094f3825ab722cs4dda006c3528db1466012e1395984f8a3ec	12:22	3.40547680 BTC	$170,416.94
80c2a1ab9cc9fc94f062e707840216f3898beb1a9428840adf169fb2fb150735	12:22	0.52284473 BTC	$26,164.21
f3773b98dd9b10777e0781dd7d8be9e7953b190546b246fcafef548412AaOe9d	12:22	0.03063826 BTC	$1,533.20
e5e5e9678e6494bb88cea67eef3aee789ef972172db5424797dcd16eb7345a9a	12:22	0.00151322 BTC	$75.72
5f3bcd4212f05ed0d9ad7be40a9?e1b4e8fe3456c7d9926e8b1a5219b7a1f33e	12:22	0.84369401 BTC	$42,220.15
37e7a56509c2b095549c3f865e2dcd3c0a29f47d5987d64ef5cf4b8ce9902611	12:22	0.00153592 BTC	$76.86
ee7a833c2da6c25125a653903828db74303d2efafdf730b0cc2787d8840e1754	12:22	0.00210841 BTC	$105.51
d2259896d076a2723259cc65e7131c3d4622ce6a14c37eb51oadd9992f3873c1	12:22	0.00251375 BTC	$125.79
8f7a795196sc4bdb0cc9318e75c13ca1f944c7948faf24004952aa2a0aed072f	12:22	1.60242873 BTC	$80,188.77
7f0fa264999a07e03a344aed9ddb34282883afeddfcb611f996109b83bdb11f	12:22	0.00022207 BTC	$11.11
8c9dfdf9b649a1d465d5d2cfcb3185ad9b1b067d36b4b60b3233d0c78cf859d60	12:22	0.00006000 BTC	$3.00
4dce5a8630641314fff0Ra30dce82095855A3c450accdf01f1f72401b9ffbe2d	12:22	0.00761070 BTC	$380.85
7e31b8568d649a89489ed19b11d0302514fca429bfbaf899ca73fbd2ea0825d	12:22	0.00070866 BTC	$35.36
9fd5d4e371766c414079c8d2dc8cd48efa8cf00f901d81e81e73a1a874c2beef	12:22	0.00061769 BTC	$30.92
b4dda5555fde5282c1e51fa69e58998e55904b77da989138a67b256aac2960fb	12:22	0.07876440 BTC	$3,941.53
a8f05dce5ca3964bd5fbfb65a52e8a23834597739f1828c388fbc8abc12939?e	12:22	1.41705545 BTC	$70,912.32
b0588be59e4be8d3b22294d88c2f0df577a7e58a92961afbb62ba3add06b053	12:22	0.30358853 BTC	$15,192.18
e0fbOdcd87c22b2e11ef7eb3852a7a8a5bca0907dd63199f6d9e275a410dd8	12:22	0.00712366 BTC	$356.48
f60389c978d4bf66bb32047fba5efecb046d1f0e09c3c7b2035e5b26ea852445	12:22	0.00029789 BTC	$14.91
a820a18a7a4536e4cd410f1f9fb21340617f4f699ffa2d245540b388e7befbfbf	12:22	0.79969506 BTC	$39,878.74
cbdc6ef0669d4a243add5c0b8c40d014d4a33a5e0f1e8eacd3fbcaffc9aba38c2	12:22	0.54877419 BTC	$27,361.68

* Chế độ xem trực tiếp sổ cái công khai Bitcoin từ blockchain.com

Bitcoin là loại mạng nào?

Bitcoin là một mạng P2P (peer-to-peer). Mạng ngang hàng liên quan đến nhiều máy tính làm việc với nhau để hoàn thành các tác vụ. Mạng ngang hàng không yêu cầu cơ quan trung ương và là một phần không thể thiếu của mạng blockchain và tiền điện tử.

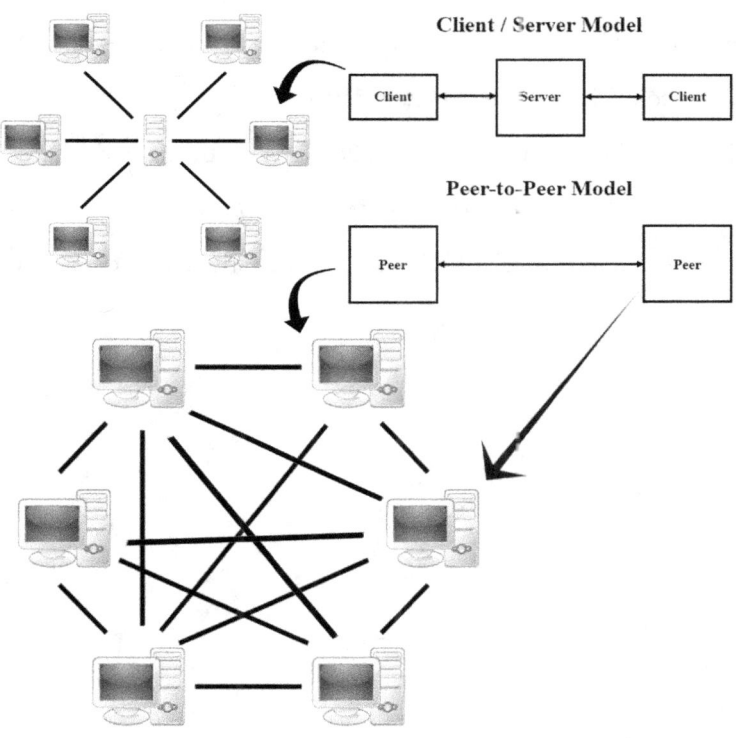

---

[12] Được tạo bởi tác giả; Dựa trên hình ảnh từ các nguồn sau:
Mauro Bieg / GNU GPL / File:Server-based-network.svg
Ludovic Ferre / PDM / File:P2P-network.svg

Bitcoin vẫn có thể là tiền điện tử hàng đầu khi nó đạt nguồn cung tối đa?

Nguồn cung Bitcoin thực sự sẽ cạn kiệt, nhưng nó sẽ làm như vậy vào năm 2140. Tại thời điểm đó, tất cả 21 triệu BTC sẽ nằm trong mạng lưới và một hệ thống khuyến khích hoặc cung cấp khác phải được thực hiện để tiếp tục tồn tại của mạng. Tuy nhiên, việc đoán xem Bitoin có phải là tiền điện tử hàng đầu vào năm 2140 hay không cũng giống như hỏi vào năm 1900 năm 2020 sẽ như thế nào; Sự khác biệt về công nghệ là gần như không thể tưởng tượng được và môi trường công nghệ trong thế kỷ 22 là bất cứ ai đoán. Chúng ta sẽ chỉ cần xem.

Michel Banki / CC BY-SA 4.0 / File:Client-server_Vs_peer-to-peer_-_en.png

Máy đào Bitcoin kiếm được bao nhiêu tiền?

Các thợ đào Bitcoin, nói chung, kiếm được khoảng 45 triệu đô la mỗi ngày và 1,9 triệu đô la một giờ (6,25 Bitcoin mỗi khối, 144 khối mỗi ngày). Lợi nhuận trên mỗi thợ đào phụ thuộc vào công suất băm, chi phí điện, phí nhóm (nếu trong nhóm), mức tiêu thụ điện năng và chi phí phần cứng; Máy tính khai thác trực tuyến có thể ước tính lợi nhuận dựa trên tất cả các yếu tố này. Phổ biến nhất trong số các máy tính này, được cung cấp bởi Nicehash, có thể được tìm thấy tại https://www.nicehash.com/profitability-calculator.

Chiều cao khối của Bitcoin là bao nhiêu?

Chiều cao khối là số lượng khối trong một blockchain. Chiều cao 0 là khối đầu tiên (còn được gọi là "khối gốc"), chiều cao 1 là khối thứ hai, v.v.; chiều cao khối hiện tại của Bitcoin là hơn nửa triệu. "Thời gian tạo khối" của Bitcoin hiện tại là khoảng 10 phút, có nghĩa là cứ sau 10 phút lại có một khối mới được thêm vào chuỗi khối Bitcoin.

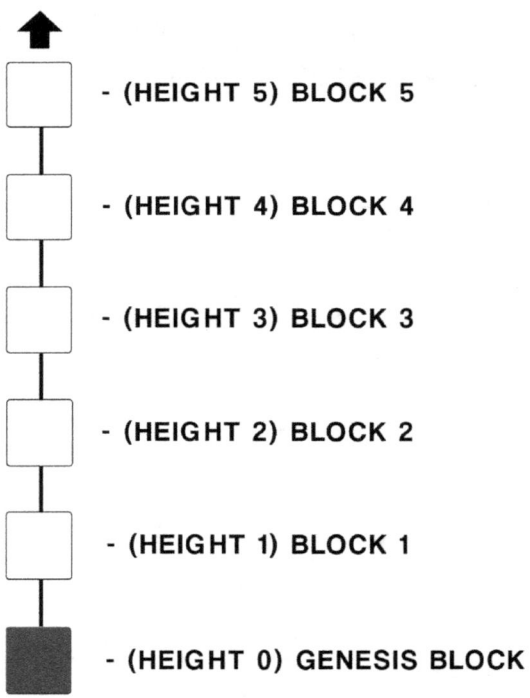

Bitcoin có sử dụng Hoán đổi nguyên tử không?

Hoán đổi nguyên tử là một công nghệ hợp đồng thông minh cho phép người dùng trao đổi hai đồng tiền khác nhau cho nhau mà không cần trung gian bên thứ ba, thường là sàn giao dịch và không cần mua hoặc bán. Các sàn giao dịch tập trung, chẳng hạn như Coinbase, không thể thực hiện hoán đổi nguyên tử. Thay vào đó, các sàn giao dịch phi tập trung cho phép hoán đổi nguyên tử và trao toàn quyền kiểm soát cho người dùng cuối.

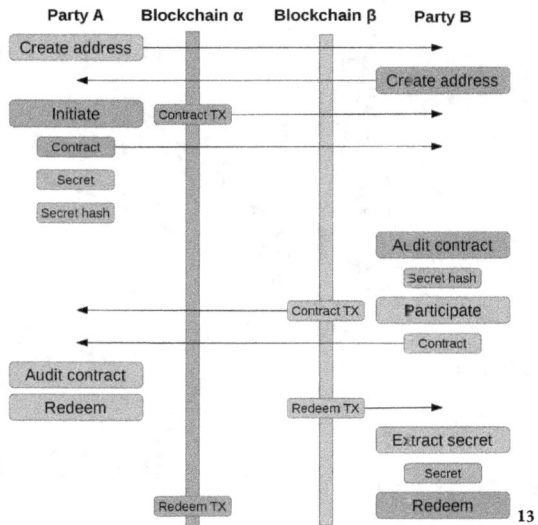

* Trực quan hóa quy trình hoán đổi nguyên tử.

---

[13] Nickboariu / CC BY-SA 4.0 / File:Atomic_Swap_Workflow.svg

Nhóm đào Bitcoin là gì?

Các nhóm khai thác, còn được gọi là khai thác theo nhóm, đề cập đến các nhóm người hoặc thực thể kết hợp sức mạnh tính toán của họ để khai thác cùng nhau và chia phần thưởng. Điều này cũng đảm bảo thu nhập nhất quán, trái ngược với lẻ tẻ.

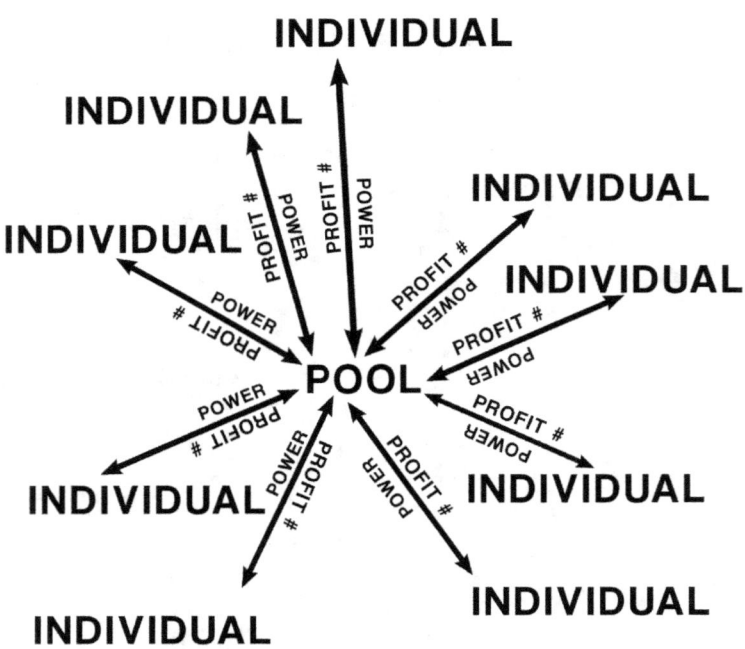

14

---

[14] Tác phẩm gốc của tác giả. Có thể sử dụng theo Giấy phép CC BY-SA 4.0

Những người khai thác Bitcoin lớn nhất là ai?

Hình 2.3 là bảng phân tích phân phối thợ đào Bitcoin. Các khối lớn là tất cả các nhóm khai thác, không phải các thợ đào riêng lẻ, vì các nhóm cho phép quy mô lớn (về sức mạnh tính toán) bằng cách tận dụng một mạng lưới các cá nhân. Điều này, về bản chất, áp dụng khái niệm phân phối rất giống Bitcoin để khai thác. Các nhóm Bitcoin lớn nhất bao gồm Antpool (một nhóm khai thác truy cập mở), ViaBTC (được biết đến là an toàn và ổn định), Slush Pool (nhóm khai thác lâu đời nhất) và BTC.com (lớn nhất trong bốn nhóm).

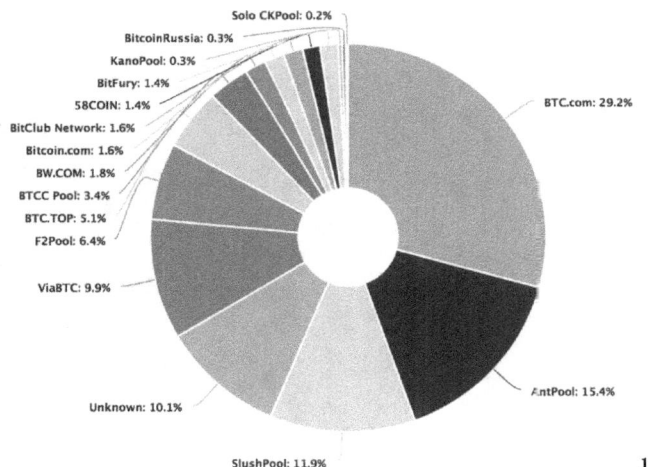

Hình 2.3: Phân phối khai thác Bitcoin 3

---

[15] "Phân phối khai thác Bitcoin 3 | Tải xuống sơ đồ khoa học." https://www.researchgate.net/figure/Bitcoin-Mining-Distribution-3_fig3_328150068. Truy cập ngày 2 tháng 9 năm 2021.

Công nghệ Bitcoin có lỗi thời không?

Vâng, công nghệ cung cấp năng lượng cho Bitcoin đã lỗi thời so với các đối thủ cạnh tranh mới hơn. Bitcoin đã làm công việc tiên phong và hoạt động như một bằng chứng khái niệm cho tiền điện tử, nhưng như với tất cả các công nghệ, sự đổi mới thúc đẩy và theo kịp sự đổi mới như vậy đòi hỏi phải nâng cấp gắn kết, điều mà Bitcoin chưa có. Mạng Bitcoin có thể xử lý khoảng 7 giao dịch mỗi giây, trong khi Ethereum (tiền điện tử lớn thứ hai theo vốn hóa thị trường) có thể xử lý 30 giao dịch mỗi giây và Cardano, tiền điện tử lớn thứ ba và mới hơn nhiều, có thể xử lý khoảng 1 triệu giao dịch mỗi giây. Tắc nghẽn mạng trên mạng Bitcoin dẫn đến phí cao hơn nhiều. Bằng cách này, cũng như về khả năng lập trình, quyền riêng tư và sử dụng năng lượng, Bitcoin có phần lỗi thời. Điều này không có nghĩa là nó không hoạt động; Nó chỉ có nghĩa là nâng cấp nghiêm túc nên được thực hiện hoặc trải nghiệm người dùng sẽ trở nên tồi tệ hơn và các đối thủ cạnh tranh sẽ phát triển mạnh. Tuy nhiên, bất kể, Bitcoin có giá trị thương hiệu khổng lồ, quy mô sử dụng và áp dụng lớn, và các giao thức hoàn thành công việc một cách an toàn; Điều này chỉ có nghĩa là nó không phải là một trò chơi có tổng bằng không và cũng không có khả năng kết thúc trong kịch bản tốt nhất hoặc tồi tệ nhất. Chúng ta có thể sẽ thấy một kịch bản trung gian diễn ra, trong đó Bitcoin tiếp tục phải đối mặt với các vấn đề, tiếp tục thực hiện các giải pháp và tiếp tục phát triển (mặc dù tăng trưởng sẽ phải chậm lại vào một lúc nào đó) khi không gian tiền điện tử phát triển.

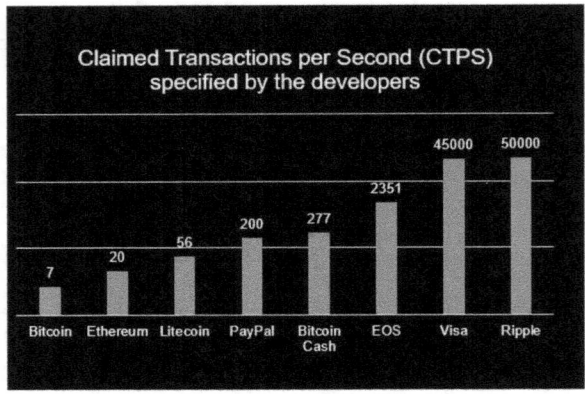

[16] https://investerest.vontobel.com/

---

[16] "Giải thích về Bitcoin - Chương 7: Khả năng mở rộng của Bitcoin - Investerest." https://investerest.vontobel.com/en-dk/articles/13323/bitcoin-explained---chapter-7-bitcoins-scalability/. Truy cập ngày 4 tháng 9 năm 2021.

Nút Bitcoin là gì?

Nút là một máy tính (một nút có thể là bất kỳ máy tính nào, không phải bất kỳ loại cụ thể nào) được kết nối với mạng của blockchain và hỗ trợ blockchain viết và xác thực các khối. Một số nút tải xuống toàn bộ lịch sử blockchain của họ; Chúng được gọi là masternode và thực hiện nhiều tác vụ hơn các nút thông thường. Ngoài ra, các nút không có cách nào gắn liền với một mạng cụ thể; Các nút có thể chuyển sang nhiều blockchain khác nhau thực tế theo ý muốn, như trường hợp khai thác đa nhóm.

Cơ chế cung cấp Bitcoin hoạt động như thế nào?

Bitcoin sử dụng cơ chế cung cấp PoW. Cơ chế cung cấp là cách thức mà các mã thông báo mới được giới thiệu trên mạng. PoW, hoặc "Bằng chứng công việc" theo nghĩa đen có nghĩa là công việc (về phương trình toán học) là cần thiết để tạo các khối. Những người làm công việc này là thợ mỏ.

Vốn hóa thị trường của Bitcoin được tính như thế nào?

Phương trình cho vốn hóa thị trường rất đơn giản: # của đơn vị x giá trên mỗi đơn vị. "Đơn vị" Bitcoin là tiền xu, vì vậy để giải quyết cho vốn hóa thị trường, người ta có thể nhân nguồn cung lưu hành (khoảng 18,8 triệu) với giá mỗi đồng xu (khoảng 50.000 đô la). Con số kết quả (trong trường hợp này là 940 tỷ) là vốn hóa thị trường.

Bạn có thể cho và nhận các khoản vay Bitcoin không?

Có, bạn có thể tận dụng Bitcoin và các loại tiền điện tử khác để vay USD. Các khoản vay như vậy là lý tưởng cho những người không muốn bán cổ phần Bitcoin của họ, nhưng những người cần tiền cho các chi phí như thanh toán xe hơi hoặc tài sản, đi du lịch, mua bất động sản, v.v. Vay tiền cho phép chủ sở hữu nắm giữ tài sản của họ nhưng vẫn tận dụng được giá trị bị khóa trong tài sản. Ngoài ra, các khoản vay Bitcoin có thời gian quay vòng và chấp nhận cực kỳ nhanh, điểm tín dụng không quan trọng và các khoản vay đi kèm với một số mức độ bảo mật (có nghĩa là, người cho vay không quan tâm đến những gì bạn chi tiền). Là một người cho vay, đó là một chiến lược tốt để tạo thu nhập từ các khoản nắm giữ ít vận động khác; ở cả hai phía, rủi ro phần lớn nằm ở sự biến động của Bitcoin. Dù bằng cách nào, đó là một doanh nghiệp hấp dẫn, và một doanh nghiệp chỉ mới bắt đầu và có tiềm năng tăng trưởng thực sự lớn. Các dịch vụ phổ biến nhất để cung cấp và nhận các khoản vay Bitcoin và tiền xu là blockfi.com, lendabit, youhodler, btcpop, coinloan.io và mycred.io.

Những vấn đề lớn nhất với Bitcoin là gì?

Thật không may, Bitcoin không hoàn hảo. Đây là lần đầu tiên thuộc loại này và không có công nghệ mới nào được hoàn thiện trong lần thử đầu tiên. Vấn đề lớn nhất hiện tại và dài hạn mà Bitcoin phải đối mặt là năng lượng và quy mô. Bitcoin hoạt động thông qua hệ thống PoW (bằng chứng công việc) và nhược điểm phát sinh là sử dụng năng lượng cao; Bitcoin hiện đang sử dụng 78 tW / giờ mỗi năm (phần lớn, mặc dù không phải tất cả, sử dụng carbon). Để cung cấp một số quan điểm, một terawatt-giờ là một sự thống nhất năng lượng tương đương với việc xuất ra một nghìn tỷ watt trong một giờ. Mặc dù vậy, mạng Bitcoin tiêu thụ năng lượng ít hơn ba lần so với hệ thống tiền tệ truyền thống; Vấn đề nằm ở việc sử dụng năng lượng khi áp dụng hàng loạt và sử dụng năng lượng so với các loại tiền điện tử khác.[17] Hệ thống PoS (bằng chứng cổ phần), chẳng hạn như hệ thống được sử dụng bởi Ethereum, sử dụng năng lượng ít hơn 99,95% so với hệ thống thay thế PoW.[18] Điều này quan trọng hơn bất kỳ dữ liệu tiêu thụ năng lượng tuyệt đối nào, bởi vì nó gợi ý thực tế rằng Bitcoin

---

[17] "Các ngân hàng tiêu thụ năng lượng gấp ba lần so với Bitcoin..." https://bitcoinist.com/banks-consume-energy-bitcoin/.
[18] "Bằng chứng cổ phần có thể làm cho Ethereum tiết kiệm năng lượng hơn 99,95% ...." https://www.morningbrew.com/emerging-tech/stories/2021/05/19/proofofstake-make-ethereum-9995-energyefficient-work.

có khả năng tiêu thụ ít năng lượng hơn nhiều so với hiện tại; ngay cả khi nhu cầu năng lượng lý tưởng là một chặng đường dài. Ngoài quy mô, một vấn đề quan trọng không kém mà Bitcoin phải đối mặt về lâu dài (không phải về sự sống còn, mà là về giá trị) là tiện ích. Bitcoin có ít tiện ích vốn có và phục vụ nhiều hơn như một kho lưu trữ giá trị hơn là một công nghệ. Có thể lập luận rằng Bitcoin lấp đầy một thị trường ngách và hoạt động như một loại vàng kỹ thuật số, nhưng con dao hai lưỡi của một thị trường ngách ít vận động là sự biến động của Bitcoin là cực kỳ cao đối với một kho lưu trữ giá trị dài hạn và đến một lúc nào đó sự biến động phải giảm hoặc việc sử dụng sẽ vẫn giới hạn ở nhân khẩu học thoải mái với sự biến động cao. Ít nhất, câu hỏi về tiện ích đã đưa ra câu hỏi về các lựa chọn thay thế altcoin; vì các trường hợp sử dụng tiền điện tử rất đa dạng, đặc biệt là liên quan đến tiện ích, và do đó các loại tiền điện tử khác ngoài Bitcoin phải và sẽ tồn tại ở quy mô lớn trong thời gian dài. Câu hỏi cái nào, nếu được trả lời đúng, sẽ rất có lợi.

Bitcoin có tiền xu hoặc mã thông báo không?

Bitcoin bao gồm các đồng tiền, nhưng hiểu được sự khác biệt giữa mã thông báo và tiền xu là rất quan trọng. Mã thông báo tiền điện tử là một đơn vị kỹ thuật số đại diện cho một tài sản, giống như một đồng tiền. Tuy nhiên, trong khi các đồng tiền được xây dựng trên blockchain của riêng chúng, các token được xây dựng trên một blockchain khác. Nhiều mã thông báo sử dụng chuỗi khối Ethereum và do đó được gọi là mã thông báo, không phải tiền xu. Tiền xu chỉ được sử dụng làm tiền, trong khi mã thông báo có phạm vi sử dụng rộng hơn. Hiểu mã thông báo là một phần không thể thiếu để hiểu chính xác những gì bạn đang giao dịch, cũng như hiểu tất cả việc sử dụng tiền kỹ thuật số và vì những lý do đó, các danh mục phụ mã thông báo phổ biến nhất được phân tích ở đây:

1. *Mã thông báo bảo mật* đại diện cho quyền sở hữu hợp pháp của một tài sản, dù là kỹ thuật số hay vật lý. Từ "bảo mật" trong token chứng khoán không có nghĩa là bảo mật an toàn, mà là "bảo mật" dùng để chỉ bất kỳ công cụ tài chính nào có giá trị và có thể được giao dịch. Về cơ bản, token chứng khoán đại diện cho một khoản đầu tư hoặc tài sản.

2. *Mã thông báo tiện ích* được tích hợp vào một giao thức hiện có và có thể truy cập các dịch vụ của giao thức đó. Hãy nhớ

rằng, các giao thức cung cấp các quy tắc và cấu trúc cho các nút tuân theo và mã thông báo tiện ích có thể được sử dụng cho các mục đích rộng hơn là chỉ như một mã thông báo thanh toán. Ví dụ: token tiện ích thường được trao cho các nhà đầu tư trong ICO. Sau đó, các nhà đầu tư có thể sử dụng các mã thông báo tiện ích mà họ nhận được làm phương tiện thanh toán trên nền tảng mà họ nhận được mã thông báo. Điều quan trọng cần lưu ý là mã thông báo tiện ích có thể làm nhiều hơn là chỉ phục vụ như một phương tiện để mua hoặc bán hàng hóa và dịch vụ.

3. *Mã thông báo quản trị* được sử dụng để tạo và chạy một hệ thống bỏ phiếu cho tiền điện tử cho phép nâng cấp hệ thống mà không cần chủ sở hữu tập trung.

4. *Mã thông báo thanh toán (giao dịch)* chỉ được sử dụng để thanh toán cho hàng hóa và dịch vụ.

Bạn có thể kiếm tiền chỉ bằng cách giữ Bitcoin không?

Nhiều đồng tiền sẽ cung cấp phần thưởng chỉ khi nắm giữ tài sản; Chủ sở hữu Ethereum sẽ sớm kiếm được 5% APR trên ETH được đặt cọc. Tuy nhiên, từ quan trọng là "staked" bởi vì tất cả các đồng tiền cung cấp tiền chỉ để giữ coin hoặc token (được gọi là "staking rewards") hoạt động trên hệ thống và thuật toán PoS (proof-of-stake). Thuật toán PoS là một giải pháp thay thế cho PoW (bằng chứng công việc) cho phép một người khai thác và xác thực các giao dịch dựa trên số lượng tiền sở hữu. Vì vậy, với PoS, bạn càng sở hữu nhiều, bạn càng khai thác nhiều. Ethereum có thể sớm chạy trên bằng chứng cổ phần và nhiều lựa chọn thay thế đã làm được. Tất cả những gì đã nói, bạn vẫn có thể kiếm lãi từ Bitcoin của mình bằng cách cho người vay vay.

Bitcoin có trượt giá không?

Để cung cấp một số bối cảnh, trượt giá có thể xảy ra khi một giao dịch được đặt với một lệnh thị trường. Lệnh thị trường cố gắng thực hiện ở mức giá tốt nhất có thể, nhưng đôi khi một sự khác biệt đáng chú ý giữa giá dự kiến và giá thực tế xảy ra. Ví dụ: bạn có thể thấy rằng examplecoin ở mức 100 đô la, vì vậy bạn đặt lệnh thị trường với giá 1000 đô la. Tuy nhiên, cuối cùng bạn chỉ nhận được 9,8 examplecoin cho 1000 đô la của mình, trái ngược với 10 dự kiến. Trượt giá xảy ra do chênh lệch giá mua / bán thay đổi nhanh chóng (về cơ bản, giá thị trường đã thay đổi). Bitcoin và hầu hết các loại tiền điện tử có khả năng bị trượt; Vì lý do này, nếu bạn đang đặt một lệnh lớn, hãy cân nhắc đặt lệnh giới hạn thay vì lệnh thị trường. Điều này sẽ loại bỏ trượt giá.

Tôi nên biết những từ viết tắt Bitcoin nào?

ATH

Từ viết tắt có nghĩa là "cao nhất mọi thời đại." Đây là mức giá cao nhất mà tiền điện tử đã đạt được trong một khoảng thời gian đã chọn.

ATL

Từ viết tắt có nghĩa là "mọi thời đại thấp." Đây là mức giá thấp nhất mà tiền điện tử đã đạt được trong một khoảng thời gian đã chọn.

BTD

Từ viết tắt có nghĩa là "Mua Dip." Cũng có thể được đại diện, cùng với một số ngôn ngữ mặn, như BTFD.

CEX

Từ viết tắt có nghĩa là "trao đổi tập trung." Các sàn giao dịch tập trung thuộc sở hữu của một công ty quản lý các giao dịch. Coinbase là một CEX phổ biến.

ICO

"Cúng dường tiền xu ban đầu."

P2P

"Chân là chân."

PND

"Bơm và đổ."

ROI

"Lợi tức đầu tư."

DLT

Từ viết tắt có nghĩa là "Công nghệ sổ cái phân tán." Sổ cái phân tán là một sổ cái được lưu trữ ở nhiều vị trí khác nhau để các giao dịch có thể được xác thực bởi nhiều bên. Mạng blockchain sử dụng sổ cái phân tán.

SATS

SATS là viết tắt của Satoshi Nakamoto, là bút danh được sử dụng bởi người tạo ra Bitcoin. SATS là đơn vị bitcoin được phép nhỏ nhất, là 0,000000001 BTC. Đơn vị nhỏ nhất của bitcoin cũng được gọi đơn giản là Satoshi.

Tôi nên biết tiếng lóng Bitcoin nào?

Túi

Một chiếc túi đề cập đến vị trí của một người. Ví dụ: nếu bạn sở hữu một số lượng khá lớn trong một đồng xu, bạn sở hữu một túi chúng.

Giá đỡ túi

Người giữ túi là một nhà giao dịch có vị thế trong một đồng xu vô giá trị. Những người giữ túi thường giữ hy vọng vào vị trí vô giá trị của họ

Cá heo

Chủ sở hữu tiền điện tử được phân loại thông qua một số động vật khác nhau. Những người có nắm giữ cực kỳ lớn, chẳng hạn như trong 10 triệu người, được gọi là cá voi, trong khi những người có số lượng nắm giữ vừa phải được gọi là cá heo.

Flippening / Flappening

"Flippening" được sử dụng để mô tả thời điểm giả định khi, nếu có, Etherium (ETH) đã vượt qua Bitcoin (BTC) trong vốn hóa thị trường. "Flappening" là thời điểm Litecoin (LTC) vượt qua Bitcoin Cash (BCH) về vốn hóa thị trường. Sự vỗ cánh đã xảy ra vào năm

2018, trong khi sự đảo lộn vẫn chưa xảy ra, và, hoàn toàn dựa trên vốn hóa thị trường, khó có thể xảy ra.

Mặt trăng / Đến mặt trăng
Các thuật ngữ như "lên mặt trăng" và "nó sẽ lên mặt trăng" chỉ đơn giản đề cập đến tiền điện tử tăng giá trị, thường là một số tiền cực đoan.

Vaporware
Vaporware là một đồng tiền hoặc mã thông báo đã được thổi phồng, nhưng có ít giá trị nội tại và có khả năng giảm giá trị.

Câu lạc bộ Vladimir
Một thuật ngữ mô tả một người đã mua 1% của 1% (0,01%) nguồn cung tối đa của tiền điện tử.

Bàn tay yếu
Các nhà giao dịch bạn có "bàn tay yếu" thiếu tự tin để nắm giữ tài sản của họ trong. Đối mặt với sự biến động và thường giao dịch theo cảm xúc, trái ngược với việc tuân thủ kế hoạch giao dịch của họ.

REKT
Chính tả phiên âm của "wrecked."

HODL

"Giữ lấy mạng thân yêu."

THUỐC NHUỘM

"Tự mình nghiên cứu."

FOMO

"Sợ bỏ lỡ."

FUD

"Sợ hãi, không chắc chắn và nghi ngờ."

JOMO

"Niềm vui khi bỏ lỡ."

ELI5

"Giải thích nó như tôi 5 tuổi."

Bạn có thể sử dụng đòn bẩy và ký quỹ để giao dịch Bitcoin không?

Để cung cấp bối cảnh cho những người không quen thuộc với giao dịch đòn bẩy, các nhà giao dịch có thể "tận dụng" sức mạnh giao dịch bằng cách giao dịch trên các khoản vay từ bên thứ ba. Ví dụ: giả sử bạn có 1.000 đô la và bạn đang sử dụng đòn bẩy gấp 5 lần; Bây giờ bạn đang giao dịch với số tiền trị giá 5.000 đô la, 4.000 đô la trong số đó bạn đã vay. Theo cùng chức năng đó, đòn bẩy 10x là 10.000 đô la và 100x là 100.000 đô la. Đòn bẩy cho phép bạn khuếch đại lợi nhuận bằng cách sử dụng tiền không phải của bạn và giữ một số lợi nhuận thêm. Giao dịch ký quỹ gần như có thể hoán đổi cho nhau với giao dịch đòn bẩy (vì ký quỹ tạo ra đòn bẩy) và sự khác biệt duy nhất là ký quỹ được biểu thị dưới dạng phần trăm tiền gửi bắt buộc, trong khi đòn bẩy là tỷ lệ (nghĩa là bạn có thể giao dịch ký quỹ với đòn bẩy gấp 3 lần). Đòn bẩy và giao dịch ký quỹ rất rủi ro; Nói chung, trừ khi bạn là một nhà giao dịch có kinh nghiệm và bạn có một số ổn định tài chính, giao dịch đòn bẩy không được khuyến khích. Điều đó nói rằng, nhiều sàn giao dịch cung cấp dịch vụ giao dịch đòn bẩy cho Bitcoin và các loại tiền điện tử khác. Sau đây liệt kê các dịch vụ tốt nhất cung cấp giao dịch đòn bẩy tiền điện tử:

- Binance (phổ biến, tổng thể tốt nhất)

- [Bybit](#) (bảng xếp hạng tốt nhất)
- [BitMEX](#) (dễ sử dụng nhất)
- [Deribit](#) (tốt nhất cho giao dịch Bitcoin đòn bẩy)
- [Kraken](#) (phổ biến, thân thiện với người dùng)
- [Poloniex](#) (thanh khoản cao)

Bong bóng Bitcoin là gì?

Một bong bóng trong Bitcoin và tất cả các khoản đầu tư đề cập đến một thời gian trong đó mọi thứ đang tăng lên với tốc độ không bền vững. Thông thường, bong bóng sẽ bật và gây ra một vụ tai nạn lớn. Vì lý do này, ở trong một bong bóng, cho dù đề cập đến toàn bộ thị trường hay một đồng tiền hoặc mã thông báo cụ thể, là cả một điều tốt và (hơn nữa) là một điều xấu.

"Tăng giá" hay "giảm" trên Bitcoin có nghĩa là gì?

Trở thành một con gấu có nghĩa là bạn nghĩ rằng giá của một đồng xu, mã thông báo hoặc giá trị của toàn bộ thị trường sẽ đi xuống. Nếu bạn nghĩ như vậy, bạn cũng được coi là "giảm giá" đối với chứng khoán nhất định. Ngược lại là lạc quan: một người nghĩ rằng một chứng khoán sẽ tăng giá trị là lạc quan về chứng khoán đó. Những từ này đã được phổ biến trong thuật ngữ thị trường chứng khoán, và nguồn gốc được cho là gắn liền với đặc điểm của động vật: một đực sẽ đẩy sừng của nó lên trên trong khi tấn công đối thủ, trong khi một con gấu sẽ đứng lên và vuốt xuống.

Bitcoin có mang tính chu kỳ không?

Vâng, Bitcoin có tính chu kỳ lịch sử và có xu hướng hoạt động theo chu kỳ nhiều năm (cụ thể là chu kỳ 4 năm) trong lịch sử đã chia thành các yếu tố sau: mức cao đột phá, điều chỉnh, tích lũy và cuối cùng là phục hồi và tiếp tục. Điều này có thể được đơn giản hóa thành một lớn lên, lớn xuống, nhỏ lên hoặc đi ngang, và một lớn lên. Các mức cao đột phá thường theo sau (thường là một năm hoặc lâu hơn sau đó) các sự kiện giảm một nửa của Bitcoin, xảy ra bốn năm một lần (gần đây nhất xảy ra vào năm 2020). Điều này, không có nghĩa là, là một khoa học chính xác, nhưng nó cung cấp một số quan điểm về tiềm năng trung hạn và hành động giá của Bitcoin. Ngoài ra, những bước nhảy lớn của Altcoin (cụ thể là các altcoin vừa và nhỏ) thường xảy ra trong khi Bitcoin không thực hiện một động thái tăng lớn cũng như không giảm lớn, và thường theo sau một động thái tăng lớn. Tại thời điểm đó, các nhà đầu tư chốt lời Bitcoin (trong khi giá hợp nhất) và đưa chúng vào các đồng tiền nhỏ hơn. Vì vậy, tất cả những điều này nói chung là điều cần suy nghĩ, đặc biệt nếu bạn đang nghĩ đến việc mua hoặc bán Bitcoin.

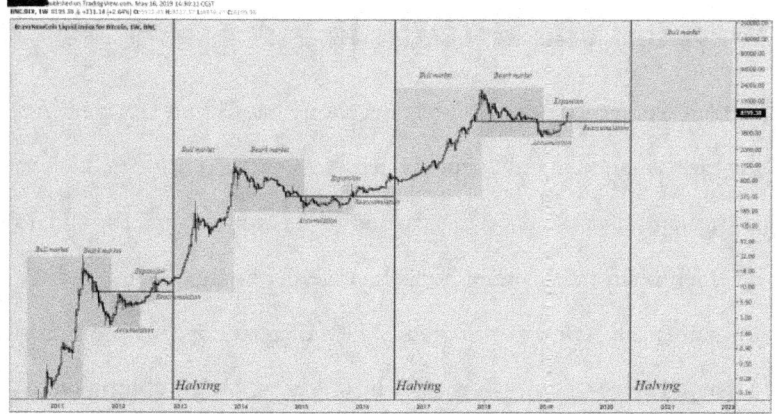

1920

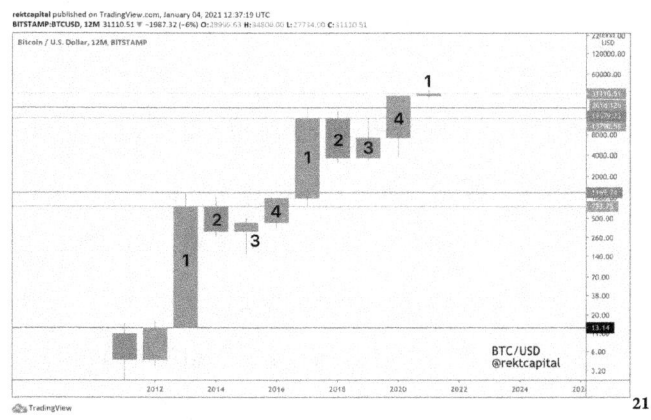

21

19

[20] "Phân tích chi tiết về chu kỳ bốn năm của B tcoin | Học viện Forex." Ngày 10 tháng 2 năm 2021, https://www.forex.academy/detailed-breakdown-of-bitcoins-four-years-cycles/. Truy cập ngày 4 tháng 9 năm 2021.

[21] "Phân tích chi tiết về chu kỳ bốn năm của B tcoin | Buổi trưa hacker." Ngày 29 tháng 10 năm 2020, https://hackernoon.com/a-detailed-breakdown-of-bitcoins-four-year-cycles-icp3z0q. Truy cập ngày 4 tháng 9 năm 2021.

Tiện ích của Bitcoin là gì?

Tiện ích trong một đồng xu hoặc mã thông báo là một trong những khía cạnh quan trọng nhất của sự siêng năng vì hiểu được tiện ích và giá trị hiện tại và lâu dài đằng sau một đồng xu hoặc mã thông báo cho phép phân tích rõ ràng hơn nhiều về tiềm năng. Tiện ích được định nghĩa là hữu ích và chức năng; Tiền điện tử hoặc mã thông báo có tiện ích có công dụng thực tế, thực tế: chúng không chỉ tồn tại mà còn phục vụ để giải quyết vấn đề hoặc cung cấp dịch vụ. Các đồng tiền có mục đích sử dụng và trường hợp sử dụng hiện tại nhiều chức năng nhất có khả năng thành công trái ngược với những đồng tiền không có mục đích, sử dụng và đổi mới liên tục. Dưới đây là một vài nghiên cứu điển hình, bao gồm cả Bitcoin:

- ❖ Bitcoin (BTC) đóng vai trò là một kho lưu trữ giá trị đáng tin cậy và lâu dài, giống như "vàng kỹ thuật số".
- ❖ Ethereum (ETH) cho phép tạo ra các dApp và Hợp đồng thông minh trên blockchain Ethereum.
- ❖ Storj (STORJ) có thể được sử dụng để lưu trữ dữ liệu trên đám mây theo cách phi tập trung, tương tự như Google Drive và Dropbox.
- ❖ Mã thông báo chú ý cơ bản (BAT) được sử dụng trong trình duyệt Brave để kiếm phần thưởng và gửi mẹo cho người sáng tạo.

❖ Golem (GNT) là một siêu máy tính toàn cầu cung cấp tài nguyên máy tính có thể thuê để đổi lấy mã thông báo GNT.

Giữ Bitcoin hay giao dịch tốt hơn?

Về mặt lịch sử, việc giữ Bitcoin có lợi hơn và dễ dàng hơn. Thời gian, công sức và thời gian cần thiết để giao dịch thành công (hoặc để thu được lợi nhuận lớn hơn những người nắm giữ) là một hỗn hợp rất khó lắp ráp; Những người làm điều đó thường là các nhà giao dịch toàn thời gian hoặc có quyền truy cập vào các công cụ mà những người khác không có. Trừ khi bạn sẵn sàng chấp nhận mức độ cống hiến này hoặc bạn thực sự thích quá trình này, tốt hơn hết bạn nên nắm giữ và mua Bitcoin trong dài hạn.

Đầu tư vào Bitcoin có rủi ro không?

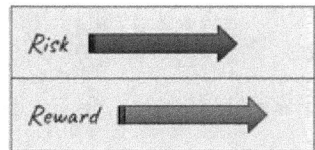

Hình ảnh trên dựa trên nguyên tắc đánh đổi rủi ro-lợi nhuận. Khi một người thấy mọi người khác kiếm tiền (như phần lớn và nguy hiểm được kích hoạt bởi phương tiện truyền thông xã hội, vì mọi người đều đăng thắng chứ không phải thua), như hiện đang xảy ra trong thị trường tiền điện tử, chúng ta có xu hướng vô thức (hoặc có ý thức) cho rằng thiếu rủi ro đáng kể. Tuy nhiên, nói chung (đặc biệt là liên quan đến đầu tư), càng có nhiều phần thưởng, càng có nhiều rủi ro. Đầu tư vào tiền điện tử không phải là không có rủi ro, cũng không phải rủi ro thấp; Nó cực kỳ mạo hiểm, nhưng là con dao hai lưỡi, nó cũng mang lại phần thưởng cực lớn.

Sách trắng Bitcoin là gì?

Sách trắng là một báo cáo thông tin do một tổ chức phát hành về một sản phẩm, dịch vụ hoặc ý tưởng chung nhất định. Sách trắng giải thích (thực sự, bán) khái niệm và cung cấp ý tưởng và thời gian biểu về các sự kiện trong tương lai. Nói chung, điều này giúp người đọc hiểu một vấn đề, tìm ra cách những người tạo ra bài báo nhằm giải quyết vấn đề đó và hình thành ý kiến về dự án đó. Ba loại sách trắng thường xuyên xuất hiện trong không gian kinh doanh: đầu tiên, "backgrounder", giải thích nền tảng đằng sau một sản phẩm, dịch vụ hoặc ý tưởng và cung cấp thông tin tập trung vào kỹ thuật, giáo dục để bán cho người đọc. Loại sách trắng thứ hai là "danh sách được đánh số" hiển thị nội dung ở định dạng định hướng số, dễ tiêu hóa. Ví dụ: "10 trường hợp sử dụng cho coin CM" hoặc "10 lý do token HL sẽ thống trị thị trường". Loại cuối cùng là sách trắng vấn đề / giải pháp, xác định vấn đề mà sản phẩm, dịch vụ hoặc ý tưởng nhằm giải quyết và giải thích giải pháp được tạo ra.

Sách trắng được sử dụng trong không gian tiền điện tử để giải thích các khái niệm mới và các kỹ thuật, tầm nhìn và kế hoạch xung quanh một dự án nhất định. Tất cả các dự án tiền điện tử chuyên nghiệp sẽ có sách trắng, thường được tìm thấy trên trang web của họ. Đọc sách trắng giúp bạn hiểu rõ hơn về một dự án so với thực tế bất kỳ nguồn thông tin có thể truy cập nào khác. Sách trắng của Bitcoin được xuất bản vào năm 2008 và phác thảo các nguyên tắc của một hệ thống thanh toán điện tử, phân tán và P2P an toàn bằng mật mã và không thể kiểm soát. Bạn có thể đọc sách trắng Bitcoin gốc cho chính mình tại liên kết sau:

bitcoin.org/bitcoin.pdf

Dưới đây là một vài trang web cung cấp thêm thông tin hoặc quyền truy cập vào sách trắng về tiền điện tử.

Tất cả sách trắng về tiền điện tử

https://www.allcryptowhitepapers.com/

Xếp hạng tiền điện tử

https://cryptorating.eu/whitepapers/

CoinDesk

https://www.coindesk.com/tag/white-papers

Khóa Bitcoin là gì?

Khóa là một chuỗi ký tự ngẫu nhiên được sử dụng bởi các thuật toán để mã hóa dữ liệu. Bitcoin và hầu hết các loại tiền điện tử sử dụng hai khóa: khóa công khai và khóa riêng. Cả hai phím đều là chuỗi chữ cái và số. Khi người dùng bắt đầu giao dịch đầu tiên của họ, một cặp khóa công khai và khóa riêng sẽ được tạo. Khóa công khai được sử dụng để nhận tiền điện tử, trong khi khóa riêng cho phép người dùng thực hiện các giao dịch từ tài khoản của họ. Cả hai khóa được lưu trữ trong ví.

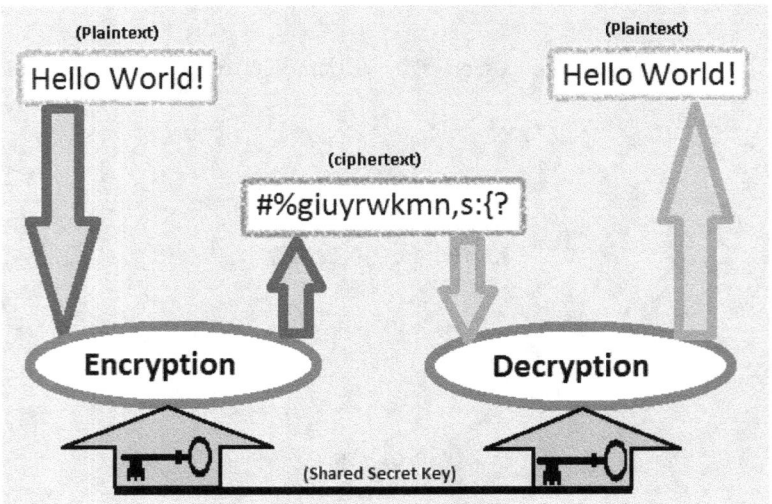

---

[22] Nhà phát triển-NJITWILL / PDM / File:Crypto.png

Bitcoin có khan hiếm không?

Có. Bitcoin là một tài sản giảm phát với nguồn cung cố định. Tiền điện tử cung cấp cố định có giới hạn cung cấp thuật toán. Bitcoin, như đã đề cập, là một tài sản cung cấp cố định, vì không còn đồng tiền nào có thể được tạo ra khi 21 triệu đồng đã được đưa vào lưu thông. Hiện tại, gần 90% bitcoin đã được khai thác và khoảng 0,5% tổng nguồn cung đang bị loại khỏi lưu thông mỗi năm (do tiền xu được gửi đến các tài khoản không thể truy cập. Theo một nửa (được đề cập sau), Bitcoin sẽ đạt nguồn cung tối đa vào khoảng năm 2140. Nhiều loại tiền điện tử khác (có nguồn gốc từ trang web cryptoli.st, hãy tự mình kiểm tra nếu bạn quan tâm đến các danh sách tiền điện tử khác) như Binance Coin (BNB), Cardano (ADA), Litecoin (LTC) và ChainLink (LINK), cũng được thành lập dựa trên hệ thống giảm phát, nguồn cung cố định. Thông tin thêm về khái niệm hệ thống giảm phát và lý do tại sao điều này làm cho Bitcoin khan hiếm được nêu trong câu hỏi "Bitcoin giảm phát có nghĩa là gì?" dưới đây.

Cá voi Bitcoin là gì?

Cá voi, trong tiền điện tử, đề cập đến các cá nhân hoặc tổ chức nắm giữ đủ một đồng tiền hoặc mã thông báo nhất định để được coi là người chơi chính có khả năng ảnh hưởng đến hành động giá. Khoảng 1000 cá voi Bitcoin riêng lẻ sở hữu 40% tổng số Bitcoin và 13% tổng số Bitcoin được giữ chỉ trong hơn 100 tài khoản.[23] Cá voi Bitcoin có thể thao túng giá Bitcoin thông qua các chiến lược khác nhau, và chắc chắn đã có trong những năm gần đây. Một bài viết liên quan thú vị (được xuất bản bởi Medium) là "Cá voi Bitcoin và thao túng thị trường tiền điện tử".

---

[23] "Thế giới kỳ lạ của 'cá voi' Bitcoin ngày 22 tháng 1 năm 2021,
https://www.telegraph.co.uk/technology/2021/01/22/weird-world-bitcoin-whales-2500-people-control-40pc-market/.

Thợ đào Bitcoin là ai?

Những người khai thác Bitcoin là bất kỳ ai cho vay sức mạnh tính toán cho mạng Bitcoin. Điều này bao gồm từ người dùng Nicehash PC đến các trang trại khai thác hoàn chỉnh; Bất kỳ ai thêm bất kỳ sức mạnh nào vào mạng (do đó làm tăng tỷ lệ băm) đều được định nghĩa là thợ mỏ. Các thợ đào Bitcoin cung cấp sức mạnh tính toán cho mạng Bitcoin, được sử dụng để xác minh các giao dịch và thêm các khối vào blockchain, để đổi lấy phần thưởng bằng Bitcoin.

"Đốt" Bitcoin có nghĩa là gì?

Thuật ngữ "đốt cháy" đề cập đến quá trình đốt, là một cơ chế cung cấp cho phép các đồng tiền được đưa ra khỏi lưu thông, do đó hoạt động như một công cụ giảm phát và tăng giá trị của các đồng tiền khác trong mạng (khái niệm này giống như một công ty mua lại cổ phiếu trên thị trường chứng khoán). Việc đốt có thể được thực hiện theo nhiều cách khác nhau: một trong những cách này là gửi tiền đến ví không thể truy cập, được gọi là "địa chỉ người ăn". Trong trường hợp này, trong khi các mã thông báo chưa bị xóa về mặt kỹ thuật khỏi tổng nguồn cung, nguồn cung lưu hành đã giảm xuống một cách hiệu quả. Hiện tại, khoảng 3,7 triệu Bitcoin (200 + tỷ giá trị) đã bị mất thông qua quá trình này. Mã thông báo cũng có thể được đốt bằng cách mã hóa chức năng ghi vào các giao thức chi phối mã thông báo, nhưng tùy chọn phổ biến hơn nhiều là thông qua các địa chỉ người ăn được đề cập. Một phân tích tiền điện tử có tên Timothy Paterson đã khẳng định rằng 1.500 Bitcoin bị mất mỗi ngày, vượt xa mức tăng trung bình hàng ngày (thông qua khai thác) là 900. Cuối cùng, đến một thời điểm, việc mất tiền làm tăng sự khan hiếm và giá trị.

Bitcoin giảm phát có nghĩa là gì?

Bitcoin là một tài sản cung cấp cố định (có nghĩa là nguồn cung tiền xu có giới hạn thuật toán) vì không còn đồng tiền nào có thể được tạo ra khi 21 triệu đồng đã được đưa vào lưu thông. Hiện tại, gần 90% Bitcoin đã được khai thác và khoảng 0,5% tổng nguồn cung đang bị mất mỗi năm. Kết quả của việc giảm một nửa, Bitcoin sẽ đạt nguồn cung tối đa vào khoảng năm 2140. Lợi ích rõ ràng nhất của hệ thống cung cấp cố định là các hệ thống như vậy là giảm phát. Tài sản giảm phát là tài sản trong đó tổng nguồn cung giảm theo thời gian, và do đó mỗi đơn vị tăng giá trị. Ví dụ, giả sử bạn bị mắc kẹt trên hoang đảo với 10 người khác và mỗi người có 1 chai nước. Vì một số người có lẽ sẽ uống nước của họ, tổng nguồn cung cấp 100 chai nước chỉ có thể giảm. Điều này làm cho nước trở thành một tài sản giảm phát. Khi tổng nguồn cung bị thu hẹp, mỗi chai nước ngày càng trở nên có giá trị hơn. Giả sử, bây giờ, chỉ còn lại 20 chai nước. Mỗi chai trong số 20 chai nước có giá trị bằng 5 chai nước đã từng có giá trị khi tất cả 100 chai đang được lưu hành. Theo cách này, những người nắm giữ dài hạn tài sản giảm phát trải qua sự gia tăng giá trị nắm giữ của họ vì giá trị cơ bản so với toàn bộ (trong ví dụ về chai nước, 1 chai trên 100 là 1%, trong khi 1 trên 20 là 5%, làm cho mỗi chai có giá trị gấp 5 lần) đã tăng lên. Nhìn chung, một mô hình cung cố định và giảm phát, giống như vàng kỹ thuật số (đặc biệt là liên quan đến

Bitcoin), sẽ làm tăng giá trị cơ bản của mỗi đồng tiền hoặc mã thông báo theo thời gian và tạo ra giá trị thông qua sự khan hiếm.

Khối lượng Bitcoin là bao nhiêu?

Khối lượng giao dịch, được gọi là "khối lượng", là số lượng coin hoặc token được giao dịch trong một khung thời gian xác định. Khối lượng có thể cho thấy sức khỏe tương đối của một đồng tiền nhất định hoặc thị trường tổng thể. Ví dụ: tính đến thời điểm viết bài này, Bitcoin (BTC) có khối lượng 24 giờ là 46 tỷ đô la, trong khi Litecoin (LTC), trong cùng khung thời gian, giao dịch 7 tỷ đô la. Tuy nhiên, bản thân con số này có phần tùy tiện; Một phương tiện so sánh tiêu chuẩn trong khối lượng là tỷ lệ giữa vốn hóa thị trường và khối lượng. Ví dụ: tiếp tục với hai đồng tiền trên, Bitcoin có vốn hóa thị trường là 1,1 nghìn tỷ đô la và khối lượng 46 tỷ đô la, có nghĩa là cứ 24 đô la trên mạng thì có 1 đô la được giao dịch trong 24 giờ qua. Litecoin có vốn hóa thị trường là 16,7 tỷ đô la và khối lượng 24 giờ là 7 tỷ đô la, có nghĩa là cứ 2,3 đô la trên mạng thì có 1 đô la được giao dịch trong 24 giờ qua. Thông qua sự hiểu biết về khối lượng, các thông tin khác về một đồng tiền, chẳng hạn như mức độ phổ biến, biến động, tiện ích, v.v., có thể được hiểu rõ hơn. Thông tin về khối lượng Bitcoin và các loại tiền điện tử khác có thể được tìm thấy dưới đây:

CoinMarketCap - coinmarketcap.com

CoinGecko – coingecko.com

Bitcoin được đào như thế nào?

Bitcoin được khai thác thông qua ứng dụng của các nút (các nút, để tóm tắt, là các máy tính trong mạng). Các nút giải quyết các vấn đề băm phức tạp và chủ sở hữu của các nút được thưởng tương ứng với số lượng công việc (do đó, bằng chứng công việc) đã hoàn thành. Bằng cách này, chủ sở hữu của các nút (được gọi là thợ mỏ) có thể khai thác Bitcoin.

Bạn có thể nhận USD bằng Bitcoin không?

Có! Trong câu hỏi trực tiếp bên dưới, bạn sẽ tìm hiểu về các cặp. Tiền tệ fiat có thể được chuyển đổi thành và ra khỏi Bitcoin thông qua một cặp fiat-to-crypto. Cặp Bitcoin-to-USD là BTC / USD. Đô la Mỹ là đồng tiền định giá cho Bitcoin và các loại tiền tệ khác, có nghĩa là USD là thước đo mà các loại tiền điện tử khác được so sánh; đây là lý do tại sao bạn có thể nói "Bitcoin đạt 50.000" trong khi Bitcoin thực sự chỉ đạt giá trị tương đương 50.000 đô la Mỹ.

Cặp Bitcoin là gì?

Tất cả các loại tiền điện tử hoạt động theo cặp. Một cặp là sự kết hợp của hai loại tiền điện tử cho phép trao đổi các loại tiền điện tử như vậy. Cặp BTC / ETH (crypto-to-crypto) cho phép Bitcoin được trao đổi lấy Ethereum và ngược lại. Cặp BTC/USD (crypto-to-fiat) cho phép Bitcoin đổi lấy Đô la Mỹ và ngược lại. Với số lượng lớn các loại tiền điện tử nhỏ hơn, thị trường trao đổi tập trung vào một vài loại tiền điện tử lớn, lần lượt, trao đổi thành bất kỳ thứ gì khác. Ví dụ: cặp Celo (CGLD) thành Fetch.ai (FET) có thể không tồn tại, nhưng cặp CGLD / BTC và BTC / FET cho phép CGLD được chuyển đổi thành FET. Nói một cách đơn giản, các cặp là web kết nối các tài sản khác nhau. Các cặp cũng cho phép chênh lệch giá, đó là giao dịch dựa trên sự khác biệt về giá cặp giữa các sàn giao dịch và thị trường khác nhau.

Bitcoin có tốt hơn Ethereum không?

Sự khác biệt chính giữa Bitcoin và Etherem là đề xuất giá trị. Bitcoin được tạo ra như một kho lưu trữ giá trị, họ hàng với vàng kỹ thuật số, trong khi Ethereum hoạt động như một nền tảng mà các ứng dụng phi tập trung (dApps) và hợp đồng thông minh được tạo ra (được cung cấp bởi mã thông báo ETH và ngôn ngữ lập trình Solidity). Vì ETH là cần thiết để chạy dApps trên chuỗi khối Ethereum, giá trị của ETH phần nào gắn liền với tiện ích. Trong một câu; Bitcoin là một loại tiền tệ, trong khi Ethereum là một công nghệ, và về mặt này, Ethereum không được tạo ra như một đối thủ cạnh tranh với Bitcoin, mà là để bổ sung và xây dựng cùng với nó. Đối với điều này, câu hỏi cái nào tốt hơn giống như so sánh một quả táo với một viên gạch; Cả hai đều giỏi trong những gì họ làm và chọn cái này hơn cái khác là chọn đề xuất giá trị hơn cái khác (ví dụ: chúng ta cần quả táo làm thức ăn, nhưng viên gạch để tạo nơi trú ẩn), câu hỏi không có câu trả lời rõ ràng hoặc thống nhất.

Bạn có thể mua mọi thứ bằng Bitcoin không?

Bitcoin đại diện cho một cảm giác chung về giá trị; Giá trị có thể được giao dịch và trao đổi cho các mặt hàng có giá trị tương đương hoặc gần tương đương, giống như bất kỳ loại tiền tệ nào khác. Mặc dù vậy, khá khó khăn hoặc không thể mua trực tiếp hầu hết mọi thứ bằng Bitcoin (điều đó nói rằng, các tùy chọn vẫn tồn tại và đang mở rộng nhanh chóng). Tất nhiên, người ta luôn có thể chỉ đổi Bitcoin lấy tiền tệ nhất định của họ và sử dụng tiền tệ để mua mọi thứ, nhưng câu hỏi vẫn là: tại sao bạn chưa thể sử dụng Bitcoin để mua bất kỳ mặt hàng nào bạn sẽ thanh toán bằng các phương thức thanh toán kỹ thuật số khác? Một câu hỏi như vậy rất phức tạp, nhưng chủ yếu liên quan đến thực tế là hệ thống tiền tệ được chính phủ hậu thuẫn đã hoạt động khá lâu, trong khi tiền điện tử là mới và hoạt động ngoài tầm kiểm soát và ảnh hưởng của chính phủ. Xu hướng hiện tại chỉ ra tiền điện tử tích hợp ở mức độ lớn vào các nhà bán lẻ, nhà bán buôn và người bán độc lập trực tuyến (và ở một mức độ nào đó, ngoại tuyến) (thông qua tích hợp với các bộ xử lý thanh toán, chẳng hạn như Stripe, PayPal, Square, v.v.). Hiện tại, Microsoft (trong cửa hàng Xbox), Home Depot (thông qua Flexa), Starbucks (thông qua Bakkt), Whole Foods (thông qua Spedn) và nhiều công ty khác chấp nhận Bitcoin; điểm bùng phát là các nhà bán lẻ trực tuyến lớn chấp nhận

Bitcoin (Amazon, Walmart, Target, v.v.) và điểm mà các chính phủ nắm lấy hoặc đẩy lùi tiền điện tử như một phương thức thanh toán.

Lịch sử của Bitcoin là gì?

Năm 1991, một chuỗi các khối được bảo mật bằng mật mã lần đầu tiên được khái niệm hóa. Gần một thập kỷ sau, vào năm 2000, Stegan Knost đã xuất bản lý thuyết của mình về các chuỗi bảo mật mật mã, cũng như các ý tưởng để thực hiện thực tế và 8 năm sau đó, Satoshi Nakamoto đã phát hành một sách trắng (một sách trắng là một báo cáo và hướng dẫn kỹ lưỡng) thiết lập một mô hình cho một blockchain. Năm 2009, Nakamoto đã triển khai blockchain đầu tiên, được sử dụng làm sổ cái công khai cho các giao dịch được thực hiện bằng cách sử dụng tiền điện tử mà ông đã phát triển, được gọi là Bitcoin. Cuối cùng, vào năm 2014, các trường hợp sử dụng cho mạng blockchain và blockchain bắt đầu phát triển bên ngoài tiền điện tử, do đó mở ra khả năng của Bitcoin và blockchain với thế giới rộng lớn hơn.

Làm thế nào để bạn mua Bitcoin?

Bitcoin chủ yếu có thể được mua thông qua các sàn giao dịch và được tổ chức, sau đó, trong sàn giao dịch hoặc trong ví. Các sàn giao dịch phổ biến cho người dùng Hoa Kỳ và toàn cầu được liệt kê dưới đây:

Chúng tôi

Coinbase - coinbase.com (tốt nhất cho các nhà đầu tư mới)

PayPal - paypal.com (dễ dàng cho những người đã sử dụng PayPal)

Binance US - binance.us (tốt nhất cho altcoin, nhà đầu tư nâng cao)

Bisq - bisq.network (phi tập trung)

Toàn cầu (không có sẵn/chức năng hạn chế ở Hoa Kỳ)

Binance - binance.com (tổng thể tốt nhất)

Huibo Global - huobi.com (hầu hết các dịch vụ)

7b - sevenb.io (dễ)

Crypto.com - crypto.com (phí thấp nhất)

Khi tài khoản được tạo trên sàn giao dịch, người dùng có thể chuyển tiền tệ fiat vào tài khoản để mua tiền điện tử mong muốn.

Bitcoin có phải là một khoản đầu tư tốt?

Về mặt lịch sử, Bitcoin là một trong những khoản đầu tư tốt nhất trong thập kỷ qua; tỷ lệ hoàn vốn kép là khoảng 200% một năm và 10 đô la được đưa vào Bitcoin vào năm 2010 sẽ trị giá 7,6 triệu đô la ngày nay (lợi tức đầu tư đáng kinh ngạc 76.500.000%). Tuy nhiên, lợi nhuận nhanh chóng được tạo ra bởi Bitcoin trong quá khứ không thể tự duy trì vô thời hạn, và câu hỏi liệu Bitcoin *có phải* là một khoản đầu tư tốt hay không là một câu hỏi hoàn toàn khác. Nói chung, thực tế hiện tại làm cho Bitcoin trở thành một tổ chức dài hạn tốt, đặc biệt nếu bạn tin vào xu hướng tăng tốc của phân cấp và blockchain. Điều đó nói rằng, một số sự kiện thiên nga đen có thể gây thiệt hại nghiêm trọng cho Bitcoin và một số đối thủ cạnh tranh có thể vượt qua vị trí của Bitcoin. Câu hỏi liệu có nên đầu tư hay không nên được hỗ trợ bởi thực tế, nhưng dựa trên bạn: mức độ rủi ro bạn sẵn sàng chấp nhận, số tiền bạn có thể và sẵn sàng mạo hiểm, v.v. Vì vậy, bạn có nghiên cứu, suy nghĩ hợp lý nhất có thể và đưa ra quyết định giao dịch mà bạn sẽ không hối tiếc.

Bitcoin sẽ sụp đổ?

Bitcoin là một tài sản rất chu kỳ và có xu hướng thường xuyên sụp đổ. Đối với những người nắm giữ Bitcoin dài hạn, sự cố chớp nhoáng và thời gian gấu kéo dài là rất có thể. Bitcoin đã giảm 80% trở lên (một con số được coi là thảm họa ở các thị trường khác) ba lần khác nhau kể từ năm 2012; Trong tất cả các lần xuất hiện, nó đã nhanh chóng phục hồi trở lại. Tất cả điều này một phần là do Bitcoin vẫn đang trong giai đoạn khám phá giá và phát triển nhanh chóng về mặt áp dụng, vì vậy sự biến động đang lan tràn. Tóm lại; Trong lịch sử, trong khi Bitcoin chắc chắn sẽ sụp đổ, nó chắc chắn cũng sẽ phục hồi.

Hệ thống PoW của Bitcoin là gì?

Thuật toán PoW được sử dụng để xác nhận các giao dịch và tạo các khối mới trên một blockchain nhất định. PoW, có nghĩa là Bằng chứng công việc, theo nghĩa đen có nghĩa là công việc (thông qua các phương trình toán học) là cần thiết để tạo các khối. Những người thực hiện công việc này là thợ mỏ và thợ mỏ được khen thưởng cho nỗ lực tính toán của họ thông qua vốn chủ sở hữu.

Bitcoin halving là gì?

Giảm một nửa là một cơ chế cung cấp chi phối tốc độ tiền xu được thêm vào tiền điện tử cung cấp cố định. Ý tưởng và quy trình đã được phổ biến bởi Bitcoin, cứ sau 4 năm lại giảm một nửa. Giảm một nửa được thiết lập bằng cách giảm phần thưởng khai thác được lập trình; Phần thưởng khối là phần thưởng được trao cho các thợ đào (thực sự là các máy tính) xử lý và xác thực các giao dịch trong một mạng blockchain nhất định. Từ năm 2016 đến năm 2020, tất cả các máy tính (được gọi là các nút) trong mạng Bitcoin đã kiếm được tổng cộng 12,5 Bitcoin cứ sau 10 phút và đó là số lượng Bitcoin được đưa vào lưu thông. Tuy nhiên, sau ngày 11 tháng 5 năm 2020, phần thưởng đã giảm xuống còn 6,25 Bitcoin trên cùng khung thời gian. Bằng cách này, cứ mỗi 210.000 khối được khai thác, tương đương với khoảng bốn năm một lần, phần thưởng khối sẽ tiếp tục giảm một nửa cho đến khi đạt đến giới hạn tối đa 21 triệu xu vào khoảng năm 2040. Do đó, giảm một nửa có khả năng làm tăng giá trị của Bitcoin và các loại tiền điện tử khác bằng cách giảm nguồn cung trong khi không làm thay đổi nhu cầu. Sự khan hiếm, như đã đề cập, thúc đẩy giá trị và nguồn cung hạn chế kết hợp với nhu cầu ngày càng tăng tạo ra sự khan hiếm ngày càng lớn. Vì lý do này, giảm một nửa trong lịch sử đã đẩy giá Bitcoin lên và có thể sẽ là chất xúc tác tăng trưởng dài hạn. Hình tín dụng cho medium.com.

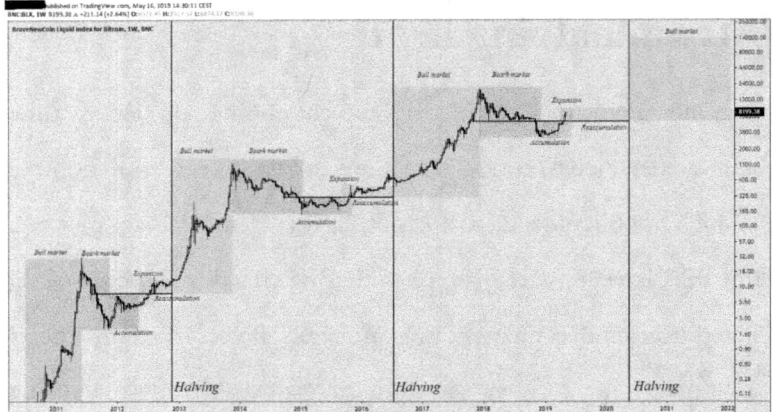

[24]

---

[24] https://medium.com/coinmonks/how-the-bitcoin-halving-impacts-bitcoins-price-ac7ba87706f1

Tại sao Bitcoin biến động?

Bitcoin vẫn đang trong "giai đoạn khám phá giá" có nghĩa là thị trường đang phát triển nhanh đến mức giá trị thực của Bitcoin vẫn chưa được biết. Do đó, giá trị nhận thức điều hành thị trường (hơn nữa là thiếu bất kỳ tổ chức nào để quản lý sự biến động của Bitcoin) và giá trị nhận thức rất dễ bị ảnh hưởng bởi tin tức, tin đồn, v.v. Cuối cùng, Bitcoin sẽ trở nên ít biến động hơn, nhưng chắc chắn có thể mất khá nhiều thời gian.

Tôi có nên đầu tư vào Bitcoin không?

Câu hỏi liệu bạn có nên đầu tư vào Bitcoin không chỉ là vấn đề của Bitcoin, mà còn là vấn đề của bạn. Bitcoin mang một rủi ro vốn có, là một tài sản đầu cơ và dễ bay hơi, và trong khi tiềm năng tăng giá là rất lớn, con dao hai lưỡi của rủi ro và phần thưởng phải được ghi nhớ. Điều tốt nhất bạn có thể làm là tìm hiểu càng nhiều càng tốt về Bitcoin, tiền điện tử và blockchain (cũng như các xu hướng trong các chủ đề như vậy và sự phát triển trong thế giới thực) và kết hợp thông tin đó vào khả năng chấp nhận rủi ro, tình hình tài chính và bất kỳ biến số nào khác có thể ảnh hưởng đến quyết định đầu tư của bạn.

Làm cách nào để đầu tư thành công vào Bitcoin?

5 quy tắc này sẽ giúp bạn đầu tư thành công vào Bitcoin, vì tiền và giao dịch là những trải nghiệm cảm xúc:

- ❖ Không có gì tồn tại mãi mãi
- ❖ Không có, nên, có thể
- ❖ Đừng xúc động
- ❖ Đa dạng hóa
- ❖ Giá cả không quan trọng

Không có gì tồn tại mãi mãi

Tính đến thời điểm viết bài này vào đầu năm 2021, thị trường tiền điện tử đang ở trong một bong bóng. Điều này được cho là một người lạc quan về tiền điện tử. Lợi nhuận đáng kinh ngạc mà mọi người đang kiếm được và xu hướng tăng đáng kinh ngạc của thực tế tất cả các đồng tiền chỉ đơn giản là không bền vững; Nếu điều này tiếp tục mãi mãi, bất cứ ai cũng có thể bỏ tiền vào bất cứ thứ gì và thu được lợi nhuận khổng lồ. Điều này không có nghĩa là thị trường sẽ về 0 hoặc các khái niệm thúc đẩy tăng trưởng sẽ thất bại; Tôi chỉ đơn giản đưa ra trường hợp rằng, đến một lúc nào đó, sự tăng trưởng to lớn sẽ chậm lại. Điều này có thể chậm và dần dần, hoặc nhanh, như trong trường hợp sụp đổ nhanh chóng. Trong lịch sử, Bitcoin đã hoạt động thông qua các chu kỳ liên quan đến các đợt tăng giá lớn, lớn nhất trong số đó xảy ra vào cuối năm 2017, từ tháng 3 đến tháng 7 năm 2019 và một lần nữa từ tháng 11 năm 2020 đến thời điểm viết bài này, tháng 4 năm 2021. Trong các đợt tăng giá được đề cập, tương ứng, Bitcoin đã tăng khoảng 15x (2017), 3x (2019) và bây giờ, trong đợt tăng giá hiện tại, 10x và đếm. Trong một trường hợp trước đó trong đó Bitcoin đã tăng hơn 15 lần, phần tốt hơn của năm sau đó đã được chi tiêu để giảm từ 20k xuống 4k. Điều này hỗ trợ ý tưởng về các chu kỳ Bitcoin đã đề cập, đầu tiên có xu hướng tăng lớn, và sau đó sụp đổ xuống mức thấp cao hơn. Điều này có nghĩa là một số điều: một, đó là một đặt cược tốt để giữ nếu Bitcoin đang sụp đổ. Hai, nếu Bitcoin và thị trường tiền điện tử đang đi lên trong khi bạn đang đọc bài viết này, nó có thể sẽ đi xuống vào một thời điểm nào đó trong vài năm tới. Nếu nó đi xuống trong khi bạn đang đọc điều này, nó có thể sẽ tăng lên một cách thực sự lớn trong vài năm tới. Tất nhiên, hệ sinh thái thị trường có thể thay đổi, nhưng đây là điểm chính xác cần được thực hiện. Giả sử rằng tiền điện tử đạt được sự chấp nhận hàng loạt và trở thành một phần không thể thiếu trong tất cả các khía cạnh của tiền bạc, kinh doanh và cuộc sống chung, *nó sẽ phải ổn định* vào một lúc nào đó. Thời điểm đó có thể là vào năm 2021, 2023 hoặc 2030. Nó có thể sẽ sụp đổ và tăng lên nhiều lần trước khi ổn định vào một thị trường ít biến động hơn, ít nhất là so với trước đây.

Không có, nên, có thể

Quy tắc này được lấy từ một nhà giao dịch chứng khoán nổi tiếng và huyền thoại và người dẫn chương trình *Mad Money*, Jim Cramer. Khái niệm này hoạt động trên tất cả các khoản đầu tư, chưa kể trên tất cả các tầng lớp xã hội và liên quan đến việc cai trị #31. Ý tưởng được thể hiện thông qua không sẽ có, không nên và không thể. Điều này có nghĩa là nếu bạn thực hiện một giao dịch tồi, hãy dành vài phút để suy nghĩ về cách bạn có thể học hỏi từ nó và cải thiện; Sau đó, sau vài phút đó, đừng nghĩ về những gì bạn *sẽ* làm, những gì bạn *nên* làm, hoặc những gì bạn *có thể* làm. Điều này sẽ cho phép bạn học hỏi và cải thiện đồng thời duy trì sự tỉnh táo, bởi vì, vào cuối ngày, bạn luôn có thể làm điều đó tốt hơn. Đừng đánh bại bản thân về những trận thua và đừng để chiến thắng đến đầu bạn.

Đừng xúc động

Cảm xúc là phản đề của giao dịch kỹ thuật. Giao dịch kỹ thuật dựa trên hành động hiện tại và tương lai dựa trên dữ liệu lịch sử và thật đáng buồn, thị trường không quan tâm đến cảm giác của bạn. Cảm xúc, thường xuyên hơn không ("không" đơn giản là do sự xuất hiện ngẫu nhiên của việc đưa ra quyết định tốt thông qua một quá trình tồi) sẽ chỉ làm tổn thương bạn và lấy đi các chiến lược giao dịch mà bạn đã phát triển. Một số người tự nhiên cảm thấy thoải mái với rủi ro và cảm xúc tàu lượn siêu tốc của giao dịch; Nếu không, bạn có thể cân nhắc tìm hiểu về tâm lý giao dịch (vì hiểu cảm xúc là tiền thân của sự chấp nhận, hợp lý và kiểm soát) và chỉ đơn giản là cho bản thân thời gian. Phân tích cơ bản và giao dịch trung và dài hạn vẫn đòi hỏi tất cả những điều này, nhưng ở mức độ thấp hơn.

Đa dạng hóa

Đa dạng hóa chống lại rủi ro. Và, như chúng ta biết, tiền điện tử có rủi ro. Mặc dù bất kỳ ai đầu tư vào tiền điện tử đều giả định và có khả năng tìm kiếm một mức độ rủi ro nhất định (do nguyên tắc đánh đổi rủi ro-lợi nhuận), bạn (có lẽ) có một mức độ rủi ro nhất định mà bạn không cảm thấy thoải mái. Đa dạng hóa giúp bạn ở trong tải rủi ro tối đa đó. Mặc dù tôi không thể nói về tình huống độc đáo của bạn, nhưng tôi khuyên bất kỳ nhà đầu tư tiền điện tử nào nên duy trì một danh mục đầu tư đa dạng một chút, bất kể bạn tin tưởng vào một dự án đến mức nào. Việc phân bố quỹ nên (thường) được phân chia giữa các lựa chọn thay thế Bitcoin, Etherium hoặc ETH (như Cardano, BNB, v.v.) và các altcoin khác nhau, cùng với một số tiền mặt. Mặc dù tỷ lệ phần trăm chính xác khác nhau tùy thuộc vào tình huống cá nhân (35/25/30/10, 60/25/10/5, 20/20/40/20, v.v.), hầu hết các chuyên gia sẽ đồng ý rằng đây là cách bền vững nhất để đầu tư, nắm bắt lợi nhuận trên toàn thị trường và giảm khả năng mất một tỷ lệ lớn danh mục đầu tư của bạn do một hoặc một vài quyết định sai lầm. Tuy nhiên, tất cả những gì đã nói, một số nhà đầu tư chỉ bỏ tiền vào một hoặc hai loại tiền điện tử top 50 và đặt phần lớn tiền của họ vào các altcoin vốn hóa nhỏ. Vào cuối ngày, hãy thiết lập một chiến lược phù hợp với tình hình, nguồn lực và tính cách của bạn, sau đó đa dạng hóa trong ranh giới của chiến lược đó.

Giá cả không quan trọng

Giá cả phần lớn không liên quan vì nguồn cung và giá ban đầu đều có thể được thiết lập. Chỉ vì Binance Coin (BNB) ở mức 500 đô la và Ripple (XRP) ở mức 1,80 đô la không có nghĩa là XRP trị giá 277 lần BNB; Trên thực tế, hai đồng tiền hiện đang nằm trong khoảng 10% vốn hóa thị trường của nhau. Khi tiền điện tử được tạo lần đầu tiên, nguồn cung được thiết lập bởi nhóm đằng sau tài sản; Nhóm nghiên cứu có thể chọn tạo ra 1 nghìn tỷ đồng, hoặc 10 triệu. Vì vậy, nhìn lại XRP và BNB, chúng ta có thể thấy rằng Ripple có khoảng 45 tỷ đồng tiền đang lưu hành và Binance Coin có 150 triệu. Bằng cách này, giá cả không thực sự quan trọng. Một đồng xu ở mức 0,0003 đô la có thể có giá trị hơn một đồng xu ở mức 10.000 đô la về vốn hóa thị trường, nguồn cung lưu hành, khối lượng, người dùng, tiện ích, v.v. Giá cả thậm chí còn ít quan trọng hơn do cổ phiếu phần đoạn, cho phép các nhà đầu tư đầu tư bất kỳ số tiền nào vào một đồng xu hoặc mã thông báo bất kể giá cả. Nhiều số liệu khác quan trọng hơn nhiều và cần được xem xét tốt trước giá. Điều đó nói rằng, giá cả có thể ảnh hưởng đến hành động giá do tâm lý. Ví dụ: Bitcoin có mức kháng cự mạnh ở mức 50.000 đô la và phần lớn mức kháng cự này có thể đến từ thực tế là 50.000 đô la là một con số tròn, đẹp mà nhiều người sẽ đặt lệnh mua và bán lệnh. Thông qua các tình huống như thế này và những tình huống khác, tâm lý học là một phần khả thi của hành động giá và do đó, phân tích.

Bitcoin có giá trị nội tại không?

Không, Bitcoin không có giá trị nội tại. Không có gì về Bitcoin đòi hỏi nó phải có giá trị; thay vào đó, giá trị được tạo bởi người dùng. Tuy nhiên, theo định nghĩa như vậy, tất cả các loại tiền tệ trên thế giới không được hỗ trợ bởi tiêu chuẩn vàng hoặc bạc cũng không có giá trị nội tại (ngoài việc sử dụng vật chất, không đáng kể). Vì vậy, theo một nghĩa nào đó, tất cả tiền chỉ có bất kỳ mức độ giá trị nào vì chúng tôi đồng ý rằng nó có, và bất kỳ lập luận nào chống lại hoặc cho việc sử dụng Bitcoin vì thiếu giá trị nội tại của nó cũng phải được áp dụng cho các loại tiền tệ fiat.

Bitcoin có bị đánh thuế không?

Như đã nói, chúng ta không thể tránh thuế, và một ý tưởng như vậy chắc chắn áp dụng cho tiền điện tử mặc dù bản chất dường như ẩn danh và không được kiểm soát của ngành. Để có thông tin chính xác nhất, bạn nên truy cập trang web của tổ chức thu thuế để tìm hiểu thêm về thuế tiền kỹ thuật số tại quốc gia của bạn. Điều đó nói rằng, thông tin sau đây đặt trọng tâm vào các quy tắc do Hoa Kỳ đặt ra:

- Năm 2014, IRS tuyên bố rằng tiền ảo là tài sản, không phải tiền tệ.

- Nếu tiền điện tử được nhận dưới dạng thanh toán cho hàng hóa hoặc dịch vụ, giá trị thị trường hợp lý (tính bằng USD) phải bị đánh thuế là thu nhập.

- Nếu bạn nắm giữ một đồng xu hoặc mã thông báo trong hơn một năm, nó được phân loại là lợi nhuận dài hạn và nếu bạn mua và bán nó trong vòng một năm, đó là lợi nhuận ngắn hạn. Lợi nhuận ngắn hạn phải chịu thuế cao hơn lợi nhuận dài hạn.

- Thu nhập từ khai thác tiền ảo được coi là thu nhập tự kinh doanh (giả sử cá nhân nhất định không phải là nhân viên) và phải chịu thuế tự doanh theo giá trị tương đương hợp lý của các loại tiền kỹ thuật số bằng USD. Tổn thất lên đến 3.000 đô la có thể được ghi nhận.

- Khi tiền kỹ thuật số được bán, lợi nhuận hoặc thua lỗ phải chịu thuế lãi vốn (vì các loại tiền kỹ thuật số được coi là tài sản) giống như khi một cổ phiếu được bán.

Bitcoin có giao dịch 24/7 không?

Bitcoin hoạt động 24/7. Điều này, phần lớn, là do thực tế là nó có nghĩa là được sử dụng trên toàn thế giới, như một công cụ liên lục địa thực sự và với múi giờ, bất cứ thứ gì ngoại trừ hoạt động 24/7 sẽ không đáp ứng tiêu chí đó. Cũng không có bất kỳ động lực nào để không làm như vậy.

Bitcoin có sử dụng nhiên liệu hóa thạch không?

Có, Bitcoin sử dụng các trường hóa thạch. Trên thực tế, nhiều nhà máy điện nhiên liệu hóa thạch đã tìm thấy cuộc sống mới trong việc cung cấp năng lượng cần thiết để khai thác tiền điện tử. Bitcoin sử dụng nhiều năng lượng như một quốc gia nhỏ hoàn toàn thông qua các yêu cầu tính toán, tương đương với khoảng 0,55% sản lượng điện toàn cầu. Rõ ràng, người dùng và thợ đào Bitcoin không muốn sử dụng nhiên liệu hóa thạch và việc chuyển đổi sang các nguồn năng lượng tái tạo là một mục tiêu chính, nhưng điều tương tự cũng có thể nói về việc lái xe chạy bằng khí đốt và vô số các hoạt động hàng ngày khác tiêu thụ nhiều nhiên liệu hóa thạch hơn Bitcoin. Vấn đề thực sự phụ thuộc vào ý kiến; những người coi Bitcoin là lực lượng tiên phong trên thế giới hỗ trợ mọi người trong hệ sinh thái tài chính không ổn định và cho phép bảo mật và quyền riêng tư cao hơn trong các giao dịch sẽ không quan tâm đến việc sử dụng năng lượng toàn cầu 0,55% (đặc biệt là với lời hứa về sự chuyển đổi lâu dài sang năng lượng sạch), trong khi những người xem Bitcoin là vô giá trị hoặc lừa đảo có thể cảm thấy hoàn toàn ngược lại. Cần lưu ý rằng một số lựa chọn thay thế tiền điện tử ít sử dụng carbon hơn nhiều so với Bitcoin (Cardano, ADA), trung hòa carbon (Bitgreen, BITG) hoặc carbon âm (eGold, EGLD).

Bitcoin sẽ đạt 100k?

Bitcoin có khả năng đạt 100.000 USD mỗi đồng. Điều này không có nghĩa là nó sẽ sớm xảy ra, hoặc đó là một điều chắc chắn; chỉ là dữ liệu về bản chất giảm phát của Bitcoin, lợi nhuận lịch sử, xu hướng áp dụng (nếu bạn quan tâm, hãy nghiên cứu đường cong "S" trong công nghệ) và lạm phát fiat khiến giá tăng lên 100.000 đô la là có thể xảy ra. Câu hỏi quan trọng không phải là liệu nó có đạt 100.000 đô la hay không, mà là khi nào nó sẽ đạt 100.000 đô la. Hầu hết các ước tính như vậy, tốt nhất, là suy đoán có giáo dục.

Bitcoin sẽ đạt 1 triệu?

Không giống như 100.000 đô la, Bitcoin đạt 1 triệu đô la đòi hỏi một số quy mô nghiêm trọng. Giám đốc điều hành của eToro Iqbal Grandha đã nói rằng Bitcoin sẽ không phát huy hết tiềm năng của nó cho đến khi nó trị giá 1 triệu đô la mỗi đồng, bởi vì tại thời điểm đó, mỗi Satoshi (là bộ phận nhỏ nhất mà Bitcoin có thể được chia thành) sẽ trị giá 1 đô la. Với tính kinh tế theo quy mô và tiềm năng áp dụng hàng loạt trên toàn thế giới (trong trường hợp như vậy, Bitcoin sẽ hoạt động như một loại tiền tệ dự trữ phổ quát), có thể giá có thể đạt 1 triệu đô la. Tuy nhiên, một loại tiền điện tử khác có thể dễ dàng chiếm vị trí này, cũng như các stablecoin hoặc tiền kỹ thuật số được chính phủ hậu thuẫn. Kết hợp, cần lưu ý rằng tiền tệ fiat là lạm phát và Bitcoin là giảm phát. Động lực giá này làm cho 1 triệu đô la có nhiều khả năng hơn trong dài hạn. Tuy nhiên, cuối cùng, bất cứ ai cũng đoán được điều gì sẽ xảy ra và mức định giá 1 triệu đô la cho mỗi đồng xu vẫn còn mang tính đầu cơ.

Bitcoin sẽ tiếp tục tăng nhanh như vậy?

Không. Nó là hoàn toàn không thể theo nghĩa đen. Bitcoin đã trả lại cho các nhà đầu tư gần 200%[25] mỗi năm trong 10 năm qua, tương đương với lợi nhuận 5,2 triệu phần trăm trong thập kỷ qua. Với vốn hóa thị trường của Bitcoin tại thời điểm viết bài này, mức tăng kép bền vững 200% sẽ vượt qua toàn bộ nguồn cung tiền tệ của thế giới trong 4 đến 5 năm. Vì vậy, trong khi hoàn toàn có khả năng Bitcoin sẽ tiếp tục đi lên, tốc độ tăng trưởng hiện tại là cực kỳ không bền vững. Trong dài hạn, tăng trưởng phải đi ngang và biến động có khả năng giảm.

---

[25] 196,7%, theo tính toán của CaseBitcoin

Bitcoin fork là gì?

Fork là sự xuất hiện của một blockchain mới được tạo ra từ một blockchain khác. Bitcoin đã có 105 fork, trong đó lớn nhất là Bitcoin Cash ngày nay. Fork xảy ra khi một thuật toán được chia thành hai phiên bản khác nhau. Hai loại dĩa tồn tại. Hard fork là một fork xảy ra khi tất cả các nút trong mạng nâng cấp lên phiên bản blockchain mới hơn và bỏ lại phiên bản cũ; Hai đường dẫn sau đó được tạo: phiên bản mới và phiên bản cũ. Một soft fork tương phản điều này bằng cách làm cho mạng cũ không hợp lệ; Điều này dẫn đến chỉ một blockchain.

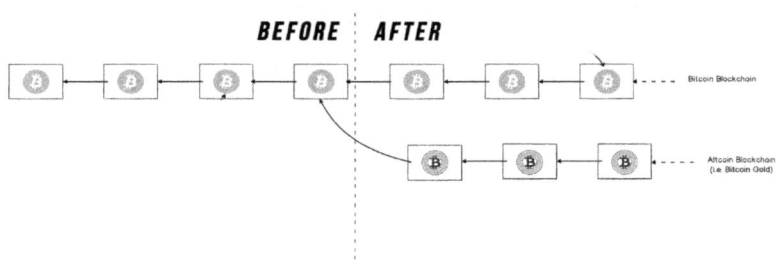

---

[26] Dựa trên hình ảnh của Egidio.casati, CC BY-SA 4.0 <https://creativecommons.org/licenses/by-sa/4.0>

Tại sao Bitcoin biến động?

Như với thị trường chứng khoán, giá tăng và giảm theo cung và cầu. Cung và cầu, lần lượt, bị ảnh hưởng bởi chi phí sản xuất bitcoin trên blockchain, tin tức, đối thủ cạnh tranh, quản trị nội bộ và cá voi (chủ sở hữu lớn). Để biết thông tin về lý do tại sao Bitcoin lại dễ bay hơi như vậy, vui lòng tham khảo vô số câu hỏi khác về chủ đề này.

Ví Bitcoin hoạt động như thế nào?

Ví tiền điện tử là giao diện được sử dụng để quản lý việc nắm giữ tiền điện tử. Ví Coinbase và Exodus là những ví phổ biến. Một tài khoản, lần lượt, là một cặp khóa công khai và riêng tư mà từ đó bạn có thể kiểm soát tiền của mình, được lưu trữ trên blockchain. Nói một cách đơn giản, ví là tài khoản lưu trữ tài sản của bạn cho bạn, giống như một ngân hàng.

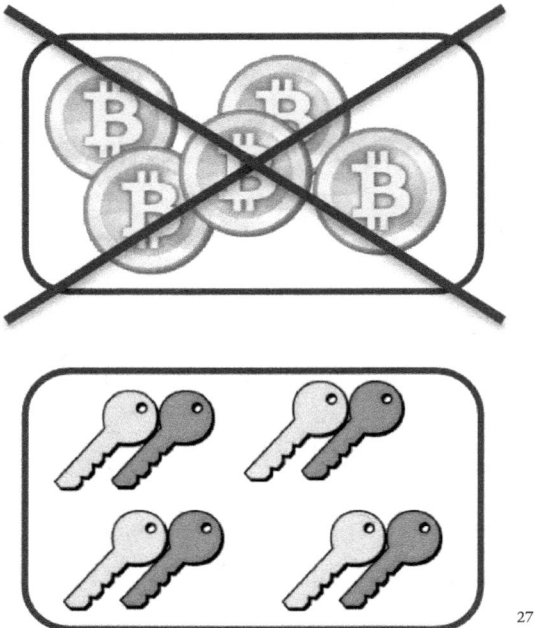

*Ví không chứa tiền xu. Ví chứa các cặp khóa riêng và khóa công khai, cung cấp quyền truy cập vào các khoản nắm giữ.

---

[27] Matthäus lang thang / CC BY-SA 3.0)

Bitcoin có hoạt động ở tất cả các quốc gia không?

Bitcoin là một mạng lưới máy tính phi tập trung; Tất cả các địa chỉ đều không thể chặn được và do đó có thể truy cập ở bất cứ đâu có kết nối web. Ở các quốc gia nơi Bitcoin là bất hợp pháp (lớn nhất trong số đó là Trung Quốc và Nga), tất cả những gì chính phủ có thể làm là đàn áp cơ sở hạ tầng (cụ thể là các trang trại khai thác) và sử dụng Bitcoin. Ở những nơi như Nga, Bitcoin không thực sự được quy định, thay vào đó, việc sử dụng Bitcoin làm thanh toán cho hàng hóa và dịch vụ là bất hợp pháp. Hầu hết các quốc gia khác đều theo mô hình này, vì, một lần nữa, việc chặn Bitcoin là không thể. Trên thực tế, Hester Peirce của SEC đã tuyên bố rằng "các chính phủ sẽ thật ngu ngốc khi cấm Bitcoin". Do đó, có thể kết luận rằng Bitcoin hoạt động ở tất cả các quốc gia, mặc dù trong một số ít quốc gia, việc sở hữu hoặc sử dụng đồng tiền này là bất hợp pháp.

Có bao nhiêu người có Bitcoin?

Ước tính tốt nhất[28] hiện đặt con số vào khoảng 100 triệu người nắm giữ toàn cầu, chiếm khoảng 1 trong mỗi 55 người trưởng thành. Điều đó nói rằng, con số thực sự là không thể biết được, do tính chất ẩn danh của các mạng tiền điện tử. Có thể nói rằng tăng trưởng người dùng đang ở mức cao hai con số, Bitcoin có vài trăm nghìn giao dịch mỗi ngày, 2+ tỷ người đã nghe nói về Bitcoin và tổng cộng khoảng nửa tỷ địa chỉ Bitcoin tồn tại.

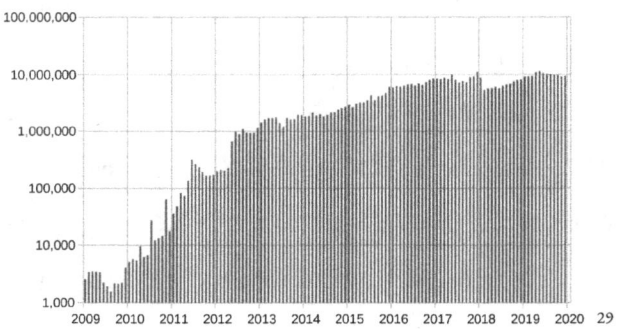

*Số lượng giao dịch Bitcoin mỗi tháng, tính đến năm 2020.

---

[28] buybitcoinworldwide.com
[29] Ladislav Mecir / CC BY-SA 4.0

Ai có nhiều Bitcoin nhất?

Người sáng lập bí ẩn của Bitcoin, Satoshi Nakamoto, sở hữu nhiều Bitcoin nhất. Anh ta nắm giữ 1,1 triệu BTC trên nhiều ví, mang lại cho anh ta giá trị ròng hàng chục tỷ. Nếu Bitcoin đạt 180.000 USD, Satoshi Nakamoto sẽ trở thành người giàu nhất trên Trái đất. Sau Satoshi Nakamoto, cặp song sinh Winklevoss và các cơ quan thực thi pháp luật khác nhau là những người nắm giữ lớn nhất (FBI đã trở thành một trong những người nắm giữ Bitcoin lớn nhất sau khi tịch thu tài sản của Con đường tơ lụa, một thị trường internet blak đóng cửa vào năm 2013).

Bạn có thể giao dịch Bitcoin bằng thuật toán không?

Để trả lời câu hỏi này, tôi sẽ bao gồm một đoạn trích từ một cuốn sách khác của tôi về Phân tích kỹ thuật tiền điện tử. Nó bao gồm tất cả các cơ sở và chiếm nhiều hơn một vài trang, vì vậy nếu bạn đang tìm kiếm một câu trả lời ngắn, tôi sẽ nói rằng bạn có thể, nhưng nó khó.

Giao dịch thuật toán là nghệ thuật lấy máy tính để kiếm tiền cho bạn. Hoặc, ít nhất, đó là mục tiêu. Các nhà giao dịch thuật toán, như tiếng lóng, cố gắng xác định một bộ quy tắc, nếu được sử dụng làm nền tảng để giao dịch, sẽ thu được lợi nhuận. Khi các quy tắc này được chọn và kích hoạt, mã sẽ thực thi một lệnh. Ví dụ: giả sử bạn thích giao dịch với sự giao nhau của đường trung bình động hàm mũ (EMA). Bất cứ khi nào bạn thấy đường EMA 12 ngày của Bitcoin vượt qua đường EMA 50 ngày, bạn đầu tư 0,01 bitcoin. Sau đó, bạn thường bán khi bạn đã kiếm được lợi nhuận 5% hoặc, nếu nó không hoạt động, bạn cắt lỗ ở mức 5%. Sẽ rất dễ dàng để chuyển đổi chiến lược giao dịch ưa thích này thành các quy tắc giao dịch thuật toán. Bạn sẽ mã hóa một thuật toán theo dõi tất cả dữ liệu của Bitcoin, đầu tư 0,01 bitcoin của bạn trong quá trình giao nhau EMA ưa thích của bạn và sau đó bán với lợi nhuận 5% hoặc lỗ 5%. Thuật toán này sẽ chạy cho bạn trong khi bạn ngủ, trong khi bạn ăn, theo nghĩa đen là 24/7 hoặc trong thời gian bạn đặt. Vì nó chỉ giao dịch chính xác như bạn đặt; Bạn rất thoải mái với rủi ro. Ngay cả khi thuật toán chỉ hoạt động 51 trong số 100 giao dịch, về mặt kỹ thuật, bạn đang kiếm được lợi nhuận và có thể tiếp tục mãi mãi mà không cần thực hiện bất kỳ công việc nào. Hoặc, bạn có thể tham khảo thêm dữ liệu và cải thiện thuật toán của mình để hoạt động 55/100 lần hoặc 70/100. Mười năm sau, bây giờ bạn là một tỷ phú nghìn tỷ kiếm tiền mỗi giây mỗi ngày trong khi bạn nhâm nhi nước trái cây nhiệt đới trên một bãi biển đầy nắng.

Đáng buồn thay, nó không phải là dễ dàng, nhưng đó là khái niệm của giao dịch thuật toán. Khía cạnh giả định thực sự tốt đẹp của giao dịch với máy là trần thu nhập thực tế là vô hạn (hoặc, ít nhất, có thể mở rộng vô cùng). Hãy xem xét biểu đồ sau đây. Đây là hình ảnh trực quan của một thuật toán giao dịch 200 lần mỗi ngày nếu các điều kiện nhất định được đáp ứng. Thuật toán sẽ thoát khỏi vị thế với lợi nhuận 5% hoặc lỗ 5%, như trong ví dụ trên. Giả sử rằng bạn cung cấp cho thuật toán 10.000 đô la để làm việc và 100% danh mục đầu tư được đưa vào mỗi giao dịch. Màu đỏ biểu thị một giao dịch không có lợi nhuận (thua lỗ 5%) và màu xanh lá cây biểu thị một giao dịch tốt, tăng 5%.

Theo biểu đồ, thuật toán này chỉ đúng 51% thời gian. Tại thời điểm này, khoản đầu tư 10.000 đô la sẽ trở thành 11.025 đô la chỉ trong một ngày, 186.791,86 đô la trong 30 ngày và sau một năm giao dịch, kết quả sẽ là 29.389.237.672.608.055.000 đô la. Đó là 29 triệu tỷ đô la, gấp khoảng 783 lần tổng giá trị của mỗi đô la Mỹ đang lưu hành. Rõ ràng, điều đó sẽ không hiệu quả. Tuy nhiên, bây giờ hãy giả sử rằng thuật toán, với các quy tắc tương tự, tạo ra một giao dịch có lợi nhuận chỉ 50,1% thời gian, có nghĩa là cứ 1.000 giao dịch có thêm lợi nhuận. Sau 1 năm, thuật toán này sẽ biến 10.000 đô la thành 14.400 đô la. Sau 10 năm, chỉ dưới 400.000 đô la và sau 50 năm, 835.437.561.881,32 đô la. Đó là 835 tỷ đô la (hãy tự mình kiểm tra với máy tính lãi kép của Moneychimp)

Điều này có vẻ khá dễ dàng. Chỉ cần sử dụng dữ liệu lịch sử để kiểm tra các thuật toán cho đến khi bạn tìm thấy một thuật toán có lợi nhuận ít nhất 50,1%, nhận được 10 nghìn đô la và con bạn sẽ trở thành tỷ phú. Đáng buồn thay, điều này không hoạt động và đây là một số thách thức mà các nhà giao dịch thuật toán phải đối mặt:

Lỗi

Thách thức rõ ràng nhất là tạo ra một thuật toán không có lỗi. Nhiều dịch vụ ngày nay làm cho quá trình này dễ dàng hơn nhiều và không đòi hỏi nhiều kinh nghiệm viết mã, nhưng một số vẫn yêu cầu một số mức độ khả năng mã hóa và phần còn lại là một mức độ kiến thức kỹ thuật. Như tôi chắc chắn bạn có thể tưởng tượng, bất kỳ sai lầm nào trong việc tạo thuật toán đều có thể dẫn đến trò chơi kết thúc. * Đó là lý do tại sao bạn có lẽ không nên tự viết mã, trừ khi bạn thực sự biết cách viết mã, trong trường hợp đó có lẽ bạn vẫn nên tham khảo ý kiến của một người bạn!

Dữ liệu không thể đoán trước

Cũng giống như với phân tích kỹ thuật nói chung, kỳ vọng rằng các mô hình lịch sử có khả năng lặp lại là nền tảng mà giao dịch thuật toán dựa trên. Các sự kiện Thiên nga đen * và các yếu tố không thể đoán trước, chẳng hạn như tin tức, khủng hoảng toàn cầu, báo cáo hàng quý, v.v., tất cả đều có thể loại bỏ thuật toán và khiến chiến lược trước đó không có lợi.

Thiếu khả năng thích ứng

Thách thức của dữ liệu không thể đoán trước đi kèm với việc không có khả năng thích ứng với hoàn cảnh với dữ liệu mới, theo ngữ cảnh. Bằng cách này, cập nhật thủ công có thể được yêu cầu. Giải pháp cho vấn đề này rõ ràng là AI học hỏi, cải tiến và thử nghiệm, nhưng điều này khác xa với thực tế và, nếu nó hoạt động, có lẽ sẽ không tốt cho thị trường, vì một vài người chơi có ảnh hưởng có thể chỉ đơn giản là kiếm tiền từ nó để sử dụng riêng (cho rằng nó sẽ là một cỗ máy in tiền theo nghĩa đen) hoặc chia sẻ nó với mọi người, trong trường hợp đó, thử thách tự hủy (bên dưới) sẽ được áp dụng.

Trượt giá, biến động và sự cố flash.

Vì các thuật toán chơi theo các quy tắc đã đặt, chúng có thể bị "lừa" thông qua sự biến động và trở nên không có lợi thông qua trượt giá. Ví dụ: một altcoin nhỏ có thể tăng vài phần trăm, cho dù tăng hay giảm, trong vài giây. Một thuật toán có thể thấy giá chạm vào lệnh bán giới hạn và kích hoạt thanh lý, mặc dù giá chỉ đơn giản là nhảy trở lại mức giá trước đó hoặc cao hơn.

Tự hủy hoại

Trong sự xuất hiện giả định của một AI thông minh sắp xếp tất cả dữ liệu có sẵn, xác định các thuật toán giao dịch tốt nhất có thể, đưa chúng vào thực tế và thích ứng với hoàn cảnh, nhiều AI như vậy sẽ xóa bỏ các chiến lược giao dịch của chính họ. Ví dụ: giả sử 1 triệu AI này tồn tại (thực sự, nhiều người hơn thế này sẽ sử dụng nó nếu nó có sẵn để mua). Tất cả các AI sẽ ngay lập tức khám phá ra thuật toán tốt nhất và bắt đầu giao dịch trên đó. Nếu điều này xảy ra, dòng khối lượng kết quả sẽ khiến chiến lược trở nên vô dụng. Kịch bản tương tự cũng xảy ra ngày hôm nay, ngoại trừ không có AI. Các chiến lược giao dịch thực sự tốt có khả năng được khám phá bởi nhiều người, sau đó được sử dụng và chia sẻ cho đến khi chúng không còn mang lại lợi nhuận hoặc lợi nhuận như trước đây. Bằng cách này, các chiến lược và thuật toán thực sự tốt cản trở sự tiến bộ của chính họ.

Vì vậy, đó là những thách thức ngăn cản giao dịch thuật toán trở thành một cỗ máy in tiền hoàn hảo, tuần làm việc 4 giờ, gây ra kỳ nghỉ nhiệt đới. Điều đó nói rằng, các thuật toán chắc chắn vẫn có thể mang lại lợi nhuận. Nhiều công ty và công ty lớn chỉ dựa trên các thuật toán giao dịch có lợi nhuận. Vì vậy, trong khi các bot giao dịch không nên được coi là tiền dễ dàng, chúng nên được coi là một kỷ luật có thể được làm chủ nếu có đủ thời gian và công sức. Dưới đây là một số điểm nổi bật của giao dịch thuật toán và cách bạn có thể bắt đầu:

Backtesting

Vì các thuật toán lấy một đầu vào nhất định và phản ứng tương ứng, các nhà giao dịch thuật toán có thể kiểm tra lại các thuật toán của họ dựa trên dữ liệu lịch sử. Ví dụ: đi với các ví dụ trước, nếu Nhà giao dịch X muốn tạo một thuật toán giao dịch trên các điểm giao nhau của EMA, Nhà giao dịch X có thể kiểm tra thuật toán bằng cách chạy nó qua mỗi năm mà toàn bộ thị trường đã tồn tại. Lợi nhuận sau đó sẽ được vẽ và thông qua thử nghiệm phân tách, Trader X có thể đưa ra một công thức đã được lịch sử chứng minh là hoạt động mà không bao giờ thực sự đặt tiền lên bàn. Bằng cách này, bạn có thể kiểm tra các thuật toán của riêng mình và chơi xung quanh với các biến khác nhau để xem chúng ảnh hưởng đến lợi nhuận tổng thể như thế nào. Để thử nghiệm tạo và sử dụng thuật toán giao dịch, hãy xem các trang web sau:

Kiểm soát rủi ro

Backtesting là một cách tuyệt vời để giảm thiểu rủi ro. Giải pháp thay thế tốt nhất là thông qua việc sử dụng cắt lỗ và cắt lỗ có kỷ luật và nghiên cứu. Cả hai công cụ này đều được xây dựng trong phần quản lý rủi ro.

Tính đơn giản

Nhiều người có khái niệm về giao dịch thuật toán đòi hỏi mã phức tạp, nhiều lớp, liên quan đến nhiều, nếu không phải là một tá hoặc nhiều hơn, các chỉ báo, mô hình hoặc bộ dao động. Mặc dù không thể giải thích được những ẩn số, nhưng hầu hết các thuật toán thành công được sử dụng bởi các chuyên gia và những người không chuyên nghiệp đều không phức tạp một cách đáng ngạc nhiên. Hầu hết liên quan đến một chỉ số, hoặc có lẽ là sự kết hợp của hai. Tôi khuyên bạn nên làm theo lộ trình đã thiết lập này nếu bạn đang tham gia giao dịch thuật toán, nhưng, điều đó nói rằng, nếu bạn phát hiện ra một thuật toán cực kỳ phức tạp và vượt trội, tôi sẽ là người đầu tiên đăng ký!

* Tín dụng: Sách, Phân tích kỹ thuật tiền điện tử

Bitcoin sẽ ảnh hưởng đến tương lai như thế nào?

Bitcoin là trường hợp sử dụng quy mô lớn thành công đầu tiên của blockchain; Câu hỏi về cách blockchain sẽ ảnh hưởng đến tương lai là một câu hỏi lớn hơn nhiều so với tác động tiềm năng của Bitcoin, phần lớn trong số đó đã được đề cập trước đây. Dưới đây là các lĩnh vực mà blockchain (và bằng cách mở rộng, Bitcoin) sẽ có hoặc đang có ảnh hưởng lớn:

- Quản lý chuỗi cung ứng.
- Quản lý hậu cần.
- Quản lý dữ liệu an toàn.
- Thanh toán xuyên biên giới và phương tiện giao dịch.
- Theo dõi tiền bản quyền nghệ sĩ.
- Lưu trữ và chia sẻ dữ liệu y tế an toàn.
- Thị trường NFT.
- Cơ chế bỏ phiếu và bảo mật.
- Quyền sở hữu bất động sản có thể xác minh được.
- Thị trường bất động sản.
- Hòa giải hóa đơn và giải quyết tranh chấp.
- Vé.
- Bảo lãnh tài chính.

- Nỗ lực khắc phục thảm họa.
- Kết nối nhà cung cấp và nhà phân phối.
- Truy tìm nguồn gốc.
- Bỏ phiếu ủy quyền.
- Tiền điện tử.
- Bằng chứng về chính sách bảo hiểm / bảo hiểm.
- Hồ sơ sức khỏe / dữ liệu cá nhân.
- Tiếp cận vốn.
- Tài chính phi tập trung
- Nhận dạng kỹ thuật số
- Quy trình / Hiệu quả hậu cần
- Xác minh dữ liệu
- Xử lý khiếu nại (bảo hiểm).
- Bảo vệ IP.
- Số hóa tài sản và công cụ tài chính.
- Giảm tham nhũng tài chính của chính phủ.
- Chơi game trực tuyến.
- Các khoản vay hợp vốn.
- Và nhiều hơn nữa!

Bitcoin có phải là tương lai của tiền tệ?

Câu hỏi liệu bản thân Bitcoin có phải là "tương lai của tiền" hay không là đầu cơ; câu hỏi thực sự là liệu công nghệ đằng sau Bitcoin và các hệ thống mà Bitcoin khuyến khích có phải là tương lai của tiền hay không. Nếu vậy, đầu tư vào tiền điện tử nói chung, cũng như Bitcoin (mặc dù tiềm năng tăng trưởng tính bằng% Bitcoin bị hạn chế so với các đồng tiền nhỏ hơn với khối lượng tiền đã có trong đó) là một đặt cược rất tốt.

Công nghệ chính thúc đẩy Bitcoin là blockchain và hệ thống tổng thể mà Bitcoin khuyến khích là phân cấp. Cả hai lĩnh vực đang bùng nổ trên vô số trường hợp sử dụng mở rộng và mỗi lĩnh vực đều có khả năng ảnh hưởng đến mọi khía cạnh của cuộc sống, từ thanh toán đến công việc đến bỏ phiếu. Để trích dẫn Capgemini Engineering, "nó [blockchain] cải thiện đáng kể sự an toàn và bảo mật trong tài chính, chăm sóc sức khỏe, chuỗi cung ứng, phần mềm và các lĩnh vực chính phủ." Các công ty sử dụng công nghệ blockchain bao gồm amazon (thông qua AWS), BMW (trong lĩnh vực hậu cần), Citigroup (trong lĩnh vực tài chính), Facebook (thông qua việc tạo ra tiền điện tử của riêng mình), General Electric (chuỗi cung ứng), Google (với BigQuery), IBM, JPmorgan, Microsoft, Mastercard, Nasdaq, Nestlé,

Samsung, Square, Tenent, T-Mobile, Liên Hợp Quốc, Vanguard, Walmart, v.v.[30] Nhóm khách hàng và sản phẩm mở rộng được cung cấp bởi hoặc tập trung vào blockchain báo hiệu sự tiếp tục của blockchain thành một khía cạnh cốt lõi của internet và các dịch vụ ngoại tuyến. Với tất cả những điều này, Bitcoin không bị giới hạn trong việc có tác động trong tiền điện tử, thay vào đó, nó có thể và có khả năng sẽ mở ra một kỷ nguyên của blockchain. Về mặt Bitcoin là tương lai của tiền tệ và thanh toán, câu hỏi quan trọng là cách các chính phủ phản ứng với mối đe dọa của Bitcoin và tiền điện tử. Một số, như Trung Quốc, có thể phát triển các loại tiền kỹ thuật số của riêng họ. Một số, như El Salvador, có thể làm cho Bitcoin trở thành đấu thầu hợp pháp. Những người khác có thể bỏ qua tiền điện tử hoặc cấm chúng. Trong bất kỳ cách nào các chính phủ phản ứng, thực tế là họ sẽ buộc phải phản ứng có nghĩa là Bitcoin là lá cờ đầu, bằng cách này hay cách khác, sẽ thay đổi hoàn toàn bối cảnh tài chính của thế giới thông qua việc áp dụng thành công các tài sản kỹ thuật số và blockchain.

---

[30] Dựa trên nghiên cứu của Forbes.

Có bao nhiêu người là tỷ phú Bitcoin?

Thật khó để biết có bao nhiêu tỷ phú tồn tại trong không gian tiền điện tử hoặc thậm chí chỉ trong mạng lưới tiền điện tử vì các khoản nắm giữ thường được chia nhỏ trên nhiều tài khoản. Tuy nhiên, không bao gồm các sàn giao dịch, có hai mươi địa chỉ Bitcoin nắm giữ tương đương 1 tỷ đô la trở lên và tám mươi địa chỉ Bitcoin nắm giữ tương đương 500 triệu đô la trở lên.[31] Con số này có thể dễ dàng dao động, vì nhiều ví trị giá 500 triệu đô la đến 1 tỷ đô la có thể tăng vượt quá 1 tỷ đô la phù hợp với biến động của Bitcoin và như đã đề cập, những người nắm giữ đã bán Bitcoin hoặc chia số tiền nắm giữ của họ nhiều ví không được bao gồm. Điều đó nói rằng, thật an toàn khi nói rằng ít nhất hai chục tài khoản và ít nhất 1 chục người, đã kiếm được hơn 1 tỷ đô la bằng cách đầu tư vào Bitcoin. Hàng chục người khác đã kiếm được hàng trăm triệu hoặc hàng tỷ đô la bằng cách đầu tư vào các loại tiền điện tử khác.

---

[31] "Top 100 địa chỉ Bitcoin giàu nhất và...." https://bitinfocharts.com/top-100-richest-bitcoin-addresses.html.

Có tỷ phú Bitcoin bí mật không?

Satoshi Nakamoto là ví dụ điển hình của một tỷ phú Bitcoin bí mật và ẩn danh. Trong câu hỏi trên (có bao nhiêu người là tỷ phú Bitcoin?), Chúng tôi đã đi đến kết luận rằng ít nhất 1 chục người đã kiếm được một tỷ đô la bằng cách đầu tư vào Bitcoin. Với con số này, và thực tế là số lượng tỷ phú Bitcoin phổ biến có thể được đếm trên một bàn tay (cá nhân, không bao gồm các tập đoàn), có lẽ một vài người nắm giữ Bitcoin trên khắp thế giới là tỷ phú Bitcoin đã đứng ngoài ánh đèn sân khấu. Với suy nghĩ đó trong đầu, tại một số điểm, bạn có thể đã đi về ngày của mình và vượt qua con đường với một tỷ phú Bitcoin bí mật.

Bitcoin sẽ đạt được sự chấp nhận chính thống?

Đây là một câu hỏi thú vị. Hiện tại, khoảng 1% thế giới sử dụng Bitcoin, mặc dù điều này lệch đến 20% ở những nơi như Mỹ và giảm xuống 0% ở những nơi khác trên thế giới. Để một loại tiền điện tử đạt được sự chấp nhận chính thống và hàng loạt, nó phải phục vụ một số loại tiện ích. Nói chung, tiền điện tử có tiện ích như một kho lưu trữ giá trị; một phương thức giao dịch, hoặc như một khuôn khổ để xây dựng mạng lưới và các tổ chức phi tập trung. Bitcoin cho đến nay là loại tiền điện tử lớn nhất và có giá trị nhất, nhưng nó không thực sự là loại tiền điện tử tốt nhất trong bất kỳ danh mục nào trong số đó. Vì vậy, trong khi Bitcoin là Bitcoin (giống như cách bạn có thể mua một chiếc đồng hồ rẻ hơn Rolex vừa vặn hơn và trông đẹp hơn, nhưng bạn vẫn đi với Rolex) và thương hiệu Bitcoin đã và sẽ đưa nó đi xa, nó không có khả năng là nhà lãnh đạo vĩnh viễn trong số các loại tiền điện tử trên thế giới. Điều đó nói rằng, với tài sản thương hiệu và quy mô của nó, nó chắc chắn có thể đạt được sự chấp nhận đại chúng và chính thống, với xu hướng sử dụng hiện tại và các trường hợp sử dụng trong không gian tiền điện tử.

Bitcoin sẽ bị các loại tiền điện tử khác chiếm đoạt?

Tôi sẽ tham khảo câu hỏi trên để trả lời điều này. Bitcoin, mặc dù lớn về quy mô và thương hiệu, nhưng thực sự không phải là tốt nhất ở bất kỳ thứ gì trong không gian tiền điện tử. Nó không phải là kho lưu trữ giá trị tốt nhất, nó không phải là tốt nhất để gửi và nhận tiền và nó không phải là tốt nhất như một khuôn khổ và mạng để người dùng tiền điện tử hoạt động và xây dựng. Vì vậy, trong ngắn hạn, với thương hiệu thuần túy của Bitcoin và vốn hóa thị trường khổng lồ 1 nghìn tỷ đô la của nó, nó khó có thể bị chiếm đoạt. Tuy nhiên, trong vòng nhiều thập kỷ hoặc thế kỷ, nó có nhiều khả năng bị các loại tiền điện tử khác vượt qua khi giá trị thúc đẩy nó tan rã.

Bitcoin có thể thay đổi từ PoW không?

Có, Bitcoin chắc chắn có thể thay đổi từ hệ thống PoW (bằng chứng công việc). Ethereum bắt đầu trên PoW và dự kiến sẽ chuyển sang PoS (proof-of-stake) vào cuối năm 2021. Việc chuyển đổi sẽ làm cho Ethereum ít tốn năng lượng hơn và có khả năng mở rộng hơn. Một quá trình chuyển đổi như thế này chắc chắn là có thể đối với Bitcoin và nhiều người coi việc rời khỏi PoW là không thể tránh khỏi.

Bitcoin có phải là tiền điện tử đầu tiên không?

Sách trắng Bitcoin khét tiếng của Satoshi Nakamoto được phát hành vào năm 2008 và Bitcoin được phát hành vào năm 2009. Những sự kiện này được gọi là sự kiện đầu tiên thuộc loại tương ứng; Điều này chỉ đúng một phần.

Vào cuối những năm 1980, một nhóm các nhà phát triển ở Hà Lan đã cố gắng liên kết tiền với thẻ để ngăn chặn nạn trộm cắp tiền mặt tràn lan. Tài xế xe tải sử dụng các thẻ này thay vì tiền mặt; Đây có lẽ là ví dụ đầu tiên về tiền mặt điện tử.

Cùng khoảng thời gian với thí nghiệm ở Hà Lan, nhà mật mã học người Mỹ David Chaum đã khái niệm hóa một loại tiền tệ dựa trên mã thông báo có thể chuyển nhượng và riêng tư. Ông đã phát triển "công thức làm mù" của mình để sử dụng trong mã hóa và thành lập công ty DigiCash, ra đời vào năm 1988.

Trong những năm 1990, nhiều công ty đã cố gắng thành công trong khi DigiCash không có; trong đó phổ biến nhất là PayPal của Elon Musk. PayPal giới thiệu thanh toán P2P trực tuyến dễ dàng và phát sinh việc thành lập một công ty gọi là e-gold, cung cấp tín dụng trực tuyến để đổi lấy huy chương quý giá (e-gold sau đó đã bị chính phủ đóng cửa). Ngoài ra, vào năm 1991, các nhà nghiên cứu Stuart Haber và W. Scoot Stornetta đã mô tả công nghệ blockchain. Vài năm sau, vào năm 1997, dự án Hashcash đã sử dụng thuật toán bằng chứng công việc để tạo và phân phối các đồng tiền mới, và nhiều tính năng đã kết thúc trong giao thức Bitcoin. Một năm sau, nhà phát triển Wei Dai (sau đó mệnh giá nhỏ nhất của Ether, một Wei, được đặt tên) đã giới thiệu ý tưởng về một "hệ thống tiền mặt điện tử ẩn danh, phân tán" được gọi là B-money. B-money có nghĩa là cung cấp một mạng lưới phi tập trung thông qua đó người dùng có thể gửi và nhận tiền tệ; Thật không may, nó không bao giờ lên khỏi mặt đất. Ngay sau whitepaper B-money, Nick Szabo đã khởi động một dự án có tên Bit Gold, hoạt động trên hệ thống PoW (bằng chứng công việc) đầy đủ. Trên thực tế, bit gold tương đối giống với Bitcoin. Tất cả các dự án này và hàng chục dự án khác cuối cùng đã dẫn đến Bitcoin; vì lý do này, không thể nói rằng Bitcoin là người đầu tiên thực sự trong nhiều khái niệm và công nghệ cung cấp năng lượng cho nó. Điều đó nói rằng, Bitcoin hoàn toàn và chắc chắn là thành công quy mô lớn đầu tiên của tất cả các công nghệ cung cấp năng lượng cho nó; mọi công ty và dự án trước Bitcoin đều thất bại, nhưng Bitcoin đã vượt lên trên phần còn lại và thúc đẩy một sự thay đổi toàn cầu lớn đối với các công nghệ và khái niệm mà nó xây dựng.

Liệu Bitcoin có bao giờ không chỉ là một giải pháp thay thế cho vàng?

Bitcoin đã "nhiều hơn" so với một giải pháp thay thế cho vàng; Nó cung cấp năng lượng và cho phép một mạng lưới giao dịch toàn cầu với ít ma sát hơn nhiều so với vàng. Tuy nhiên, Bitcoin so sánh nhiều hơn với vàng trong thực tế là cả hai đều được coi là kho lưu trữ giá trị và phương tiện giao dịch. Liên quan đến điều này, Bitcoin có lẽ sẽ không bao giờ nhiều hơn một sự thay thế cho vàng, bởi vì sự thay thế trong tiền điện tử đang trở thành một công nghệ và nền tảng như Ethereum, cho phép người dùng tận dụng ngôn ngữ lập trình của nó, được gọi là solidity, để tạo ra dApps. Bitcoin không có nghĩa là làm bất cứ điều gì như vậy, và trong khi nó chắc chắn có nhiều tiện ích hơn vàng, nó phần nào được đúc vào vai trò là một "vàng kỹ thuật số".

Độ trễ của Bitcoin là gì và nó có quan trọng không?

Độ trễ là độ trễ giữa thời gian giao dịch được gửi và thời gian mạng nhận ra giao dịch; Về cơ bản, độ trễ là độ trễ. Độ trễ của Bitcoin rất cao theo thiết kế (so với 5-10 giây của truyền hình phát sóng) để tạo ra một khối mới cứ sau mười phút. Giảm độ trễ về cơ bản sẽ đòi hỏi ít công việc hơn để xác minh các khối, điều này đi ngược lại đặc tính của PoW. Vì lý do này, độ trễ của Bitcoin không nên được hạ xuống. Điều đó nói rằng, độ trễ giao dịch là một vấn đề đối với các sàn giao dịch và thương nhân trên các sàn giao dịch (đặc biệt là các nhà giao dịch chênh lệch giá); khi HFT (giao dịch tần số cao) và giao dịch thuật toán chuyển sang thị trường tiền điện tử, độ trễ sẽ ngày càng quan trọng.

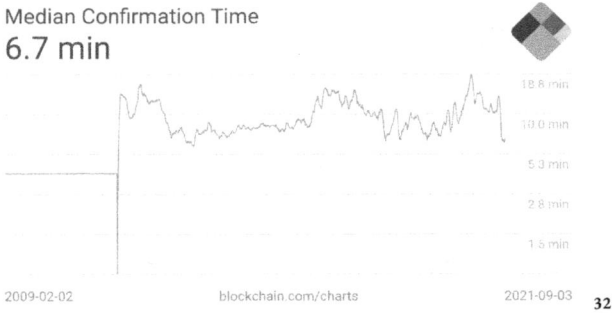

---

[32] Nguồn: blockchain.com

Một số thuyết âm mưu Bitcoin là gì?

Bitcoin (và đặc biệt là Satoshi Nakamoto) là một môi trường chín muồi cho các thuyết âm mưu; Chỉ để cho vui, chúng ta sẽ xem xét một vài. Hãy xem xét những điều sau đây hoàn toàn hư cấu, như hầu hết các thuyết âm mưu, và không có lý thuyết nào đáng tin cậy:

1. *Bitcoin có thể được tạo ra bởi NSA hoặc một cơ quan tình báo khác của Hoa Kỳ.* Đây có lẽ là âm mưu Bitcoin phổ biến nhất; nó khẳng định rằng Bitcoin được tạo ra bởi chính phủ Hoa Kỳ và nó không riêng tư như chúng ta nghĩ. Thay vào đó, NSA dường như có quyền truy cập cửa hậu vào thuật toán SHA-256 và sử dụng quyền truy cập như vậy để theo dõi người dùng.

2. *Bitcoin có thể là một AI.* Lý thuyết này nói rằng Bitcoin là một AI sử dụng động cơ kinh tế của nó để khuyến khích người dùng phát triển mạng lưới của mình. Một số người tin rằng một cơ quan chính phủ đã tạo ra AI.

3. *Bitcoin có thể đã được tạo ra bởi bốn công ty lớn ở châu Á.* Lý thuyết này hoàn toàn dựa trên thực tế là "sa" trong Samsung, "toshi" từ Toshiba, "naka" từ Nakamichi và "moto" từ Motorola, kết hợp lại, tạo thành tên của người sáng lập bí ẩn của Bitcoin, Satoshi Nakamoto. Bằng chứng khá vững chắc cho điều này.

Tại sao hầu hết các đồng tiền khác thường theo Bitcoin?

Bitcoin về cơ bản là đồng tiền dự trữ cho tiền điện tử, hoặc tương tự như Dow và S&P cho thị trường chứng khoán. Khoảng 50% giá trị trong thị trường tiền điện tử chỉ nằm ở Bitcoin và Bitcoin là loại tiền điện tử được sử dụng nhiều nhất và nổi tiếng nhất trên thế giới. Vì những lý do này, các cặp giao dịch Bitcoin là cặp được sử dụng nhiều nhất để mua Altcoin, liên kết giá trị của tất cả các loại tiền điện tử khác vào Bitcoin. Bitcoin đi xuống dẫn đến ít tiền hơn được đưa vào Altcoin, trong khi Bitcoin tăng lên dẫn đến nhiều tiền hơn được đưa vào Altcoin. Vì những lý do này, hầu hết (không phải tất cả) các đồng tiền thường (không phải luôn luôn) tuân theo xu hướng tăng / giảm chung của Bitcoin.

Bitcoin Cash là gì?

Như đã đề cập trước đó, Bitcoin có một vấn đề về quy mô: mạng đơn giản là không đủ nhanh để xử lý số lượng lớn giao dịch hiện diện trong tình huống áp dụng toàn cầu. Do đó, một tập thể các thợ đào và nhà phát triển Bitcoin đã khởi xướng một hard fork Bitcoin vào năm 2017. Đồng tiền mới, được gọi là Bitcoin Cash (BCH), đã tăng kích thước khối (lên 32MB vào năm 2018), do đó cho phép mạng xử lý nhiều giao dịch hơn Bitcoin và nhanh hơn. Mặc dù BCH không được thiết lập để thay thế hoặc tiến gần đến việc thay thế Bitcoin, nhưng nó là một giải pháp thay thế đã giải quyết một vấn đề lớn và câu hỏi về cách Bitcoin ban đầu sẽ giải quyết vấn đề tương tự vẫn còn phải được giải quyết.

[33] Georgstmk / CC BY-SA 4.0

Bitcoin sẽ hành động như thế nào trong thời kỳ suy thoái?

Bitcoin có cơ hội lớn để hoạt động tốt trong thời kỳ suy thoái, mặc dù đây không phải là câu trả lời thuyết phục; Bitcoin phát sinh từ cuộc khủng hoảng nhà ở năm 2008 nhưng vẫn chưa trải qua bất kỳ cuộc suy thoái kinh tế lớn và kéo dài nào kể từ đó (COVID không được tính). Theo nhiều cách, Bitcoin đóng vai trò tương đương với vàng và vàng trong lịch sử đã hoạt động tốt trong thời kỳ suy thoái (đáng chú ý là từ năm 2007 đến năm 2012), và sự khan hiếm và bản chất phi tập trung của Bitcoin có thể khiến nó trở thành một khoản đầu tư trú ẩn an toàn trong thời kỳ suy thoái, một khoản đầu tư sẽ không chịu sự kiểm soát của chính phủ đối với tiền tệ fiat và hệ thống tiền tệ lạm phát của thế giới. Cũng cần lưu ý rằng Bitcoin đã tăng trong lịch sử trong các cuộc khủng hoảng quy mô nhỏ hơn: Brexit, Khủng hoảng Quốc hội năm 2013 và COVID. Vì vậy, như đã khẳng định trước đây, Bitcoin có thể sẽ hoạt động tốt trong thời kỳ suy thoái (trừ khi suy thoái trở nên tồi tệ đến mức mọi người chỉ đơn giản là không có tiền để đầu tư, trong trường hợp đó Bitcoin, cũng như tất cả các tài sản, có rất ít cơ hội trải nghiệm bất cứ điều gì ngoại trừ màu đỏ). Dù bằng cách nào, trong trường hợp suy thoái, hầu hết các loại tiền điện tử khác ngoài Bitcoin (đặc biệt là các altcoin nhỏ hơn) chắc chắn sẽ chịu tổn thất lớn; Hầu hết thực tế sẽ bị xóa sổ khỏi bản đồ. Một kịch bản như vậy sẽ là một sự kiện lọc lớn cho các altcoin, điều này rất lành mạnh cho thị trường chung.

Bitcoin có thể tồn tại trong thời gian dài?

Điều cần được xem xét là Bitcoin sẽ tồn tại ở mức độ nào trong thời gian dài; và việc áp dụng và sử dụng sẽ phát triển ở mức độ nào. Bất kể, Bitcoin sẽ tồn tại ở một số quy mô trong vài thập kỷ tới; cơ hội của nó kéo dài ở quy mô trong vài thế kỷ tới là không thể xảy ra do sự cạnh tranh mới hơn và các lựa chọn thay thế Bitcoin. Tuy nhiên, nó chắc chắn có thể vẫn là tiền điện tử hàng đầu miễn là tiền điện tử tồn tại (đặc biệt nếu các nâng cấp, chẳng hạn như mạng chiếu sáng, được thực hiện); Xác suất trước hoàn toàn dựa trên thực tế là loại tiền tệ đầu tiên thuộc loại này thường không phải là loại tốt nhất và hầu hết các loại tiền tệ trong suốt lịch sử không tồn tại (ở quy mô) trong bất kỳ khoảng thời gian đáng kể nào.

Mục tiêu cuối cùng của Bitcoin và tiền điện tử là gì?

Tầm nhìn cuối cùng của tiền điện tử thực hiện những điều sau:

1. Đối với Bitcoin cụ thể, để cho phép người dùng gửi tiền qua internet một cách an toàn mà không cần dựa vào một tổ chức trung ương, thay vào đó dựa vào bằng chứng mật mã.
2. Loại bỏ sự cần thiết của trung gian và giảm ma sát trong chuỗi cung ứng, ngân hàng, bất động sản, luật và các lĩnh vực khác.
3. Loại bỏ những nguy hiểm phải đối mặt với môi trường lạm phát, hoang dã phía tây (về mặt kiểm soát của chính phủ kể từ khi tiền tệ fiat được đưa ra khỏi tiêu chuẩn vàng) của các loại tiền tệ fiat.
4. Cho phép kiểm soát hoàn toàn an toàn đối với tài sản cá nhân mà không cần dựa vào các tổ chức của bên thứ ba.
5. Kích hoạt các giải pháp blockchain trong các lĩnh vực y tế, hậu cần, bỏ phiếu và tài chính, ngoài bất kỳ nơi nào khác mà các giải pháp đó có thể áp dụng.

Bitcoin có quá đắt để sử dụng làm tiền điện tử không?

Giá tuyệt đối phần lớn không liên quan đến tiền điện tử (cũng như cổ phiếu, như tôi đã viết trong các cuốn sách khác). Mặc dù câu trả lời này đã được đề cập ở những nơi khác trong các quy tắc giao dịch, tôi sẽ tóm tắt lại phần có liên quan bên dưới:

Do nguồn cung và giá ban đầu đều có thể được thiết lập / thay đổi, bản thân giá phần lớn không liên quan nếu không có bối cảnh. Chỉ vì Binance Coin (BNB) ở mức 500 đô la và Ripple (XRP) ở mức 1,80 đô la không có nghĩa là XRP có giá trị gấp 277 lần giá trị của BNB; Hai đồng tiền hiện đang nằm trong khoảng 10% vốn hóa thị trường của nhau. Khi tiền điện tử được tạo lần đầu tiên, nguồn cung được thiết lập bởi nhóm đằng sau tài sản. Nhóm nghiên cứu có thể chọn tạo ra 1 nghìn tỷ coin, hoặc 10 triệu. Nhìn lại XRP và BNB, chúng ta có thể thấy rằng Ripple có khoảng 45 tỷ đồng tiền đang lưu hành và Binance Coin có 150 triệu. Bằng cách này, giá cả không thực sự quan trọng. Một đồng xu ở mức 0,0003 đô la có thể có giá trị hơn một đồng xu ở mức 10.000 đô la về vốn hóa thị trường, nguồn cung lưu hành, khối lượng, người dùng, tiện ích, v.v. Giá cả thậm chí còn ít quan trọng hơn do sự ra đời của cổ phiếu phân đoạn, cho phép các nhà đầu tư đầu tư bất kỳ số tiền nào vào một đồng xu hoặc mã thông báo bất kể giá cả. Tác động lớn duy nhất của giá nằm ở tác động tâm lý, cần được kiểm tra trong khi giao dịch Bitcoin và altcoin.

Bitcoin phổ biến như thế nào?

Ít nhất 1,3% thế giới hiện đang sở hữu Bitcoin, bao gồm nửa tỷ địa chỉ Bitcoin tồn tại, khiến nó trở nên khá phổ biến. Con số này bao gồm 46 triệu người Mỹ, chiếm 14% dân số và 21% người trưởng thành,[34] trong khi một nghiên cứu khác cho thấy 5% người châu Âu nắm giữ Bitcoin.[35] Tuy nhiên, đáng chú ý hơn là tốc độ tăng theo cấp số nhân. Ít hơn một triệu ví Bitcoin tồn tại vào năm 2014, tăng 75 lần kể từ đó và tốc độ tăng trưởng 10 lần (1.000%) mỗi năm.

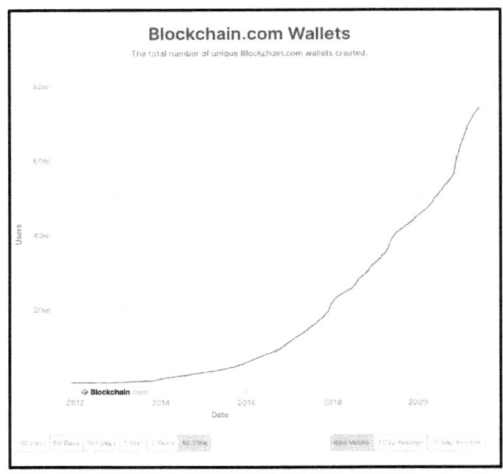

[36]Những xu hướng như vậy không có dấu hiệu dừng lại, và tăng

---

[34] "Thống kê nhân khẩu học Hoa Kỳ...." https://www.infoplease.com/us/census/demographic-statistics.

[35] "• Biểu đồ: Có bao nhiêu người tiêu dùng sở hữu tiền điện tử? | Statista." Ngày 20 tháng 8 năm 2018, https://www.statista.com/chart/15137/how-many-consumers-own-cryptocurrency/.

[36] "Blockchain.com." https://www.blockchain.com/. Truy cập ngày 9 tháng 6 năm 2021.

trưởng, nếu có, chỉ đang tăng lên. Vì vậy, tóm lại, Bitcoin đáng chú ý là phổ biến và có khả năng đạt đến điểm bùng phát của việc áp dụng hàng loạt trong vài thập kỷ tới.

Sách vở

- Làm chủ Bitcoin - Andreas M. Antonopoulos
- Internet của tiền bạc - Andreas M. Antonopoulos
- Tiêu chuẩn Bitcoin – Saifedean Ammous
- Thời đại của tiền điện tử - Paul Vigna
- Vàng kỹ thuật số - Nathaniel Popper
- Tỷ phú Bitcoin - Ben Mezrich
- Khái niệm cơ bản về Bitcoin và Blockchain - Antony Lewis
- Cuộc cách mạng Blockchain – Don Tapscott
- Tài sản tiền điện tử - Chris Burniske và Jack Tatar
- Thời đại của tiền điện tử - Paul Vigna và Michael J. Casey

Trao đổi

- Binance - binance.com (binance.us dành cho cư dân Hoa Kỳ)
- Coinbase – coinbase.com
- Kraken - kraken.com
- Tiền điện tử – crypto.com
- Song Tử – gemini.com
- eToro – etoro.com

Podcast

- Bitcoin đã làm gì bởi Peter McCormack (Bitcoin)
- Những câu chuyện chưa kể (những câu chuyện đầu)
- Unchained của Laura Shin (phỏng vấn)
- Baselayer của David Nage (thảo luận)
- The Breakdown của Nathaniel Whittemore (ngắn)
- Crypto Campfire Podcast (thư giãn)
- Ivan on Tech (cập nhật)
- HASHR8 của Whit Gibbs (kỹ thuật)
- Ý kiến không đủ tiêu chuẩn của Ryan Selkis (phỏng vấn)

Dịch vụ tin tức

- CoinDesk – coindesk.com
- CoinTelegraph – cointelegraph.com
- TodayOnChain – todayonchain.com
- NewsBTC – newsbtc.com
- Tạp chí Bitcoin – bitcoinmagazine.com
- Crypto Slate – cryptoslate.com
- Bitcoin.com – news.bitcoin.com
- Blockonomi – blockonomi

Dịch vụ biểu đồ

- TradingView – tradingview.com
- CryptoView – cryptoview.com
- Altrady - Altrady.com
- Coinigy – Coinigry.com
- Coin Trader - Cointrader.pro
- Đồng hồ tiền điện tử – Cryptowat.ch

Kênh YouTube

- Benjamin Cowen

    Hatps://vv.youtube.com/channel/ukrv1k-ux-w0soig

- Góc văn phòng

    Hatps://vv.youtube.com/c/koinbureyu

- Ruồi

    https://www.youtube.com/c/Forflies

- DataDash

    Hatps://vv.youtube.com/c/datadash

- Sheldon Evans

Hatps://vv.youtube.com/c/sheldonevan

- Anthony Pompliano

    Hatps://vv.youtube.com/channel/usevspell8knynav-nakz4m2w

- Mục tiêu

  https://www.youtube.com/channel/UC7S9sRXUBrtF0nKTvLY3fwg/about

- Lark Davis

  Hatps://vv.youtube.com/channel/ucl2okaw8hdar_kbkidd2kalia

- Altcoin hàng ngày

  https://www.youtube.com/channel/UCbLhGKVY-bJPcawebgtNfbw

www.ingramcontent.com/pod-product-compliance
Lightning Source LLC
LaVergne TN
LVHW010327070526
838199LV00065B/5680